# చలిచీమల కవాతు

## ఉణుదుర్తి సుధాకర్

### కథలు

Chalicheemala Kavatu
& Other Stories

Author:
Unudurti Sudhakar
+91 90006 01068

©Author

First Edition: July, 2021
Second Print: August, 2021
Copies: 500

Published By:
Chaaya Resources Centre
8-3-677/23, 202, KSR Granduer,
Srikrishna Devaraya Nagar,
Yellareddyguda, Hyderabad-73
Ph: (040)-23742711
Mobile: +91-98480 23384
email: chaayaresourcescenter@gmail.com

Publication No.: CRC-26
ISBN No. 978-81-947363-2-5

Book & Cover Design:
Brahmam, Bhavana Grafix
Hyderabad @ 98482 54745

Sole Distributors:
Navodaya Book House
Kachiguda, Hyderabad
040-24652387, 9000413413
www.TeluguBooks.in

For Copies:
All leading Book Shops
www.amazon.in

సహృదయులు, చిరకాల మిత్రులు
ఓల్గా, అక్కినేని కుటుంబరావులకు
ప్రేమతో...

*బలవంతుడ నాకేమని*
*పలువురితో నిగ్రహించి పలుకుట మేలా*
*బలవంతమైన సర్పము*
*చలిచీమల చేత జిక్కి చావదె సుమతీ!*

# చలిచీమల కవాతు

కథా పరిచయం చేసిన ప్రముఖ సైన్స్ ఫిక్షన్
రచయిత డా. మధు చిత్తర్వుకి ధన్యవాదాలు.

# మంచుతడి రాత్రులు

రిపోర్ట్ కార్డ్ నాన్నగారి చేతికందించి, ఆయన మొహంలోకి చూస్తున్నాను – కొంత భయంగా, కొంత ఆశగా. ఇంగ్లీషు, మేథ్స్ లలో మార్కులు బాగా వచ్చాయనీ, ఆ రెండు సబ్జక్ట్స్ లోనూ క్లాసు ఫస్టు నాదేననీ గుర్తించి మెచ్చుకుంటారేమోనని నా ఆశ.

ఆయన పెదవి విరిచి, సంతకం పెడుతూ, మా అమ్మకేసి తిరిగి –

"ఈసారి కూడా దీనికి హిందీలో బాగా తక్కువ మార్కులు వచ్చాయి. శారదా టీచర్ దగ్గర ట్యూషన్ పెట్టించు." అన్నారు.

నాకు పట్టరాని ఉక్రోషం వచ్చింది. హిందీలో నూటికి పదిహేను వచ్చినా పాస్ అయినట్టే అనీ, నిజానికి హిందీలో కూడా నాకు క్లాసులో థర్డు ప్లేస్ వచ్చిందనీ, ఫస్టు వచ్చినవాడు హిందీవాడనీ, వాళ్ల ఇంట్లో హిందీయే మాట్లాడతారనీ, సెకెండ్ వచ్చిన అమ్మాయి ముస్లిం అనీ, ఉర్దూ హిందీలకి పెద్ద తేడా ఉండదనీ, తెలుగు పిల్లని అయి ఉండి హిందీలో ఇన్ని మార్కులు తెచ్చుకోవడం చాలా గొప్ప విషయం అనీ...ఇంకా చాలాచాలా చెప్పాలనుకున్నాను. కానీ నోరు పెగలలేదు. కళ్లల్లో నీళ్లు తిరుగుతూండగా –

"శారదా టీచర్ ఎవరికీ ట్యూషన్ చెప్పదు," అని మాత్రం అన్నాను,

బుంగమూతి పెట్టుకొని.

నాన్నగారు నావైపు చూడనైనా చూడకుండా,

"నేను మాట్లాడతానులే," అనేసి, 'హిందూ' పేపర్ ని మళ్లీ తన చేతుల్లోకి తీసుకున్నారు.

❖ ❖ ❖

'దిల్ జో న కెహసకా

వొహీ రాజ్-ఎ-దిల్

కెహనేకి రాత్ ఆయీ'

ఇదీ ఆ పాట. లతా మంగేష్కర్ పాడింది. రఫీ కూడా పాడినట్టున్నాడు. కానీ లతాదే గుర్తుండి పోయింది నాకు. అందుకు కారణం, ఆ పాటని తరచూ పాడుతూఉండే శారదా టీచర్ శ్రావ్యమైన గొంతు. ఆ పాట రేడియో రోజుల్లో అప్పుడప్పుడూ వినబడేది. బాల్యపు అమాయకత్వాన్ని కూడా అది విడిచిపెట్టలేదు. విన్నప్పుడల్లా గుండెల్లోంచి మాటల్లో చెప్పలేని ఏదో బాధ ఎగతోసుకొచ్చేది.

ఇప్పుడు విన్నా కూడా నరాలను ఎవరో మెలితిప్పినట్టుగా ఉంటుంది. 'అయ్యో! ఎందుకీ ప్రపంచంలో ప్రతీ చోటా ఇంత అశాంతి, కొట్లాటలు, యుద్ధాలు, దుఃఖం ఉన్నాయి? ఈ మనుషులంతా ఎందుకిలా నానా బాధలూ పడుతున్నారు?' అనిపిస్తుంది. ఈ అనుభూతిని జర్మన్ భాషాపదం అయిన 'వెల్ట్ ష్మెర్జ్' (weltschmerz) సరిగ్గా ప్రకటిస్తుందని ఎమ్మే ఇంగ్లీషు లిటిరేచర్ చదువుతూండగా తెలిసింది. బుద్ధుడు గుర్తించిన ప్రాపంచిక దుఃఖం ఇదే కాబోలు.

చిన్నతనంలోనే నాలో సర్వవ్యాపిత ప్రాపంచిక దుఃఖం గురించిన అనుభూతిని కలిగించిన ఆ పాటని ఇటీవలే, అంటే సుమారుగా ఏభై ఏళ్ల తరవాత యూట్యూబ్ దినాల్లో – గూగుల్ సాయంతో వెతికి పట్టుకోగలిగాను. అది 'భీగీ రాత్' అనే సినిమాలోదనీ, ఆ పంక్తుల అర్థం – కాస్త అటూఇటూగా ఇలా ఉంటుందనీ – అప్పుడే తెలుసు –

'హృదయం విప్పి చెప్పలేని

ఆ రహస్యాన్ని చెప్పగలిగే రాత్రి మళ్లీ వచ్చింది'

చాలా హిందీ పాటలకి అర్థం తెలుసుకోగలిగానంటే అది శారదా టీచర్

చలవే. ఆమెకి హిందీ ఎంత బాగా వచ్చేదంటే ఆవిడ క్లాసులో పూర్తిగా హిందీయే మాట్లాడేది. ప్రత్యేకించి నన్ను అందరిలాగా పద్మా, పద్మావతీ అని కాకుండా, ఇంట్లో వాళ్లు పిలిచినట్టే, 'పాపా' అని పిలిచేది. నాకు తప్ప ఇంకెవ్వరికీ ట్యూషన్ చెప్పేది కాదు. నాక్కూడా వారానికి రెండు రోజులే – శని, ఆదివారాల్లోనే. మా నాన్నగారు ఆ ఊరి గవర్నమెంట్ డాక్టరు కదా, ఆయన మాట కాదనలేక నాకు మాత్రం చెప్పేది. ఇలాగని మా అమ్మ నాతో అంది. మొదటి రోజు హిందీ ట్యూషన్ కని బయిల్దేరుతూంటే, మా అమ్మ –

"పాపా, ఇప్పుడే చెప్తున్నాను. మళ్లీమళ్లీ చెప్పను. శారదా టీచర్ని నీ యక్ష ప్రశ్నలతో వేధించకు," అన్నది.

"అంటే?" – నాకర్థం కాలేదు.

"ఆమె కుటుంబం గురించీ, ఆమె భర్తను గురించీ ఏమీ అడగకు,"

"ఏం? ఎందుకని?" నాలో కుతూహలం పెరిగిపోయింది.

"శారదా టీచర్ వాళ్లూ మనవాళ్లే గానీ పోయిపోయి మాలవాణ్ని చేసుకుంది," అంది అమ్మ – స్వరం తగ్గించి రహస్యం చెబుతున్నట్లుగా.

"అయితే?"

"నీ కర్థం కాదు,"

నాకు అర్థం కాని విషయాలు ఈ ప్రపంచంలో ఉంటాయంటే ఒప్పుకొనే వయసు కాదు నాది. మరో ప్రశ్న వేసేలోగా అమ్మ,

"నర్సక్కని నీకు తోడుగా పంపనా? ఆమె డ్యూటీ అయ్యాక వెళ్లువుగాని. వచ్చేటప్పుడు నేను వస్తాను. రోడ్లమీద పోకిరీ వెధవలుంటారు," అంది.

నర్సక్క అంటే మా నాన్నగారి హాస్పిటల్ లో పనిచేస్తున్న సీనియర్ నర్స్. ఆమె అసలు పేరు మెర్సీ. ఇంగ్లీషు ధారాళంగా మాట్లాడుతుంది. మంచి పనిమంతురాలని మా నాన్నగారికి ఆమె అంటే చాలా గురి. ఆయన ఆస్పత్రిలో పనిచేసేవాళ్లని మేము 'అక్కా', 'అన్నా' అని పిలవాలని నాన్నగారు పట్టుబట్టేవారు.

"అక్కర్లేదు. దగ్గరే కదా! నేనొక్కర్తినీ వెళ్లిరాగలను," అన్నాను చిరాగ్గా.

ట్యూషన్ కి వెళ్లిన మొదటి రోజే ఒక కొత్త విషయం తెలుసుకున్నాను. స్కూలునుంచి వచ్చాక శారదా టీచర్ కి పాత హిందీ సినీమా పాటలు

పాడుకోవడం ఇష్టం. ఎప్పుడైనా ఓసారి భానుమతి పాటలు పాడేది. ఆమె గనక పాడకపోతే రేడియో మోగుతూ ఉండేది; రేడియో సిలోన్, లేకపోతే వివిధ్ భారతి. మా ఇంట్లో రేడియో ఉన్నది మా నాన్నగారు ఇంగ్లీషు వార్తలు వినడానికీ, ఆయన చేతి గడియారాన్ని, లేదా మా గోడ గడియారాన్ని సరిదిద్దుకోవడానికీ మాత్రమే. ఇంకెవ్వరూ రేడియోని ముట్టుకోకూడదు. గ్రామఫోను కూడా అంతే. ఆదివారం పొద్దున్నపూట భోజనానికి ముందు రెండు గంటలసేపు మా నాన్న వినిపించే శాస్త్రీయ సంగీతం మాత్రమే వినాలి. శారదా టీచర్ మాత్రం అలాకాదు. తన రేడియోని తిప్పనిచ్చేది. అంతేకాదు, ఆదివారాలలో అయితే నాకోసం ఏదో ఒక చిరుతిండి చేసిపెట్టేది. జంతికలు, సున్నుండలు, మైసూరు పాక్, సాతాళించిన శనగలు, పకోడీలు, బజ్జీలు – ఇలా అన్నమాట. శారదా టీచర్ ట్యూషన్ జీతం తీసుకోదు గనక మా అమ్మ కూడా ప్రతీసారీ ఏదో ఒకటి చేసి నాతో పంపేది.

మొత్తం మీద హిందీ ట్యూషన్ పట్ల నాకు మొదట్లో ఉన్న అభ్యంతరాలన్నీ తొలగిపోయాయి. అంతే కాదు, శని, ఆదివారాలు ఎప్పుడు వస్తాయా అని ఎదురుచూడడం మొదలుపెట్టాను. శారదా టీచర్ వద్దకు ట్యూషన్ కి వెళ్లడం, ఆమెతో ఆ కొద్దిగంటలూ యథేచ్ఛగా గడపడం మా అమ్మా నాన్నలపై ప్రతీకారం తీర్చుకుంటున్నట్లుగానూ, వాళ్లు విధించే ఆంక్షలపై తిరుగుబాటు చేస్తున్నట్లుగానూ అనిపించి నా మనసుకి దిలాసాగా ఉండేది.

రోజులు గడుస్తున్నకొద్దీ శారదా టీచర్ గురించి చాలా విషయాలు తెలిసాయి. అప్పుడంటే ఆ చిన్న ఊళ్లో టీచర్ గా పనిచేస్తూ ఉండేది గానీ అంతకు ముందు ఆమె దేశంలో ఎన్నోచోట్లకి వెళ్లిందట. జోధ్ పూర్, జైసల్ మీర్, మౌ, దెహు, లడ్డాఖ్, గౌహతి,...ఈ పేర్లన్నీ మొదట శారదా టీచర్ ఇంట్లో ఆమె నోటనే విన్నాను. అవన్నీ గొప్ప వింతలతో నిండిన అద్భుతమైన ప్రదేశాలని నేను ఊహించుకున్నాను. నా ప్రశ్నలకు అంతు లేదు. ఆమె విసుక్కోకుండా నవ్వుతూ జవాబులు చెప్పేది. అట్లాస్ తీసి ఇండియా మ్యాప్ లో వాటిని చూపించేది. ఆ ఊళ్లకి వెళ్లాలంటే ఎక్కడెక్కడ ట్రెయిన్లు మారాలో చెప్పేది. పుస్తకాలు తెరిచి ఎన్నో వివరాలు చూపేది. ఎన్సైక్లోపీడియా తీసి నా ముందుంచేది.

దెహు సమీపాన ఉండే కార్లా బౌద్ధ గుహల గంభీర ఏకాంతం, వర్షాకాలంలో లోనావలాలో పశ్చిమ కనుమల అందాలు, పూనా–బొంబాయి రైలు మార్గంలో ఎదురయ్యే భయం గొలిపే సొరంగాలు – కళ్లకు కట్టినట్లుగా ఆమె వర్ణించిన

తీరు మూలంగా – నాలో శాశ్వతమైన ముద్రను వేసాయి. నేను స్వయంగా వెళ్లి ఆ ప్రదేశాలన్నీ చూశానేమో అని నాకనిపించేది. అనేక నూతన ప్రపంచాలను దర్శింపజేసే కిటికీలను ఆమె నాకై తెరిచింది.

విసుగు పుట్టించే ఆ పల్లెటూర్లో, శారీరక మార్పులు తెచ్చిపెడుతూన్న సంభ్రమానికీ, ఆందోళనకీ మధ్య సతమతమవుతూ, పిల్లల ఆటల్లో ఆసక్తిని పోగొట్టుకొనీ, పెద్దవాళ్ల నంగిమాటల వెనుక దాగి ఉండే ఆంతర్యాన్ని పూర్తిగా తెలుసుకోలేకా తిక్కతిక్కగా ప్రవర్తిస్తున్న ఆ రోజుల్లో శారదా టీచర్ నాకొక స్వంత ఉద్యానవనాన్ని ఏర్పరచింది. అందులో స్వేచ్ఛగా విహరిస్తూ, అక్కడి వింత పూల సువాసనలను ఆస్వాదిస్తూ, పక్షుల కిలకిలారావాలు వింటూ ఎన్నో సాయింత్రాలు నన్ను నేను మైమరచిపోయాను. లతా, ఆశా, రఫీ, తలత్, హేమంత్, ముకేష్, కిశోర్ లు సృష్టించిన రసమయ ప్రపంచం, నా లోలోపల చెలరేగుతూన్న తుఫానులనుండి నాకు తెరిపినిచ్చింది. అయితే అంతకుముందు లేని కొత్తకొత్త వాంఛల్నీ, ఆకాంక్షల్నీ కూడా చిగురింపజేసింది. నా సాహచర్యం ఆమెకు కూడా అంతే ప్రాణప్రదంగా మారిందని నాకు అనిపించసాగింది.

హిందీ పాటాలనేవి మా మధ్య పెరుగుతూన్న స్నేహపు కొనసాగింపుకి ఒక సాకు మాత్రమే. ట్యూషన్ కని వెళ్లినప్పుడల్లా ఆ వారంలో మా క్లాసులో జరిగిన విశేషాలు, నా స్నేహితులతో జరిగిన వాగ్వివాదాలు, మాటలు మానెయ్యడాలూ, మళ్లీ కలిసిపోవడాలూ, మాలో కొందరికి దొంగ చూపుల అబ్బాయిలు రాసే ప్రేమలేఖలు – వీటన్నిటి గురించీ పూసగుచ్చినట్లుగా, నిర్భయంగా ఆమెకు చెప్పేదాన్ని. వాటిల్లో మా అమ్మకి కూడా చెప్పని సంగతులెన్నో ఉండేవి. ఆమెకూడా విప్పారిన కళ్లతో ఆసక్తిగా వినేది. వివరాలు అడిగేది. మా మధ్య మొలకెత్తుతూన్నది స్నేహం కన్నా కూడా ఒక పాలు ఎక్కువే అనిపించసాగింది. ఆమె తాను పోగొట్టుకున్న యవ్వనపు రోజుల్ని నాలో వెతుక్కుంటున్నదని ఆ ఊరి నుండి వచ్చాకే బోధ పడింది.

ఆర్మీలో కేప్టెన్ గా ఉండిన తన భర్తతో ఆమె దేశంలో ఎన్నో మారుమూల ప్రదేశాలలో తిరిగిందట. ఆ సుదూర ప్రాంతాలలో తీసుకున్న ఫొటోలు కొన్ని గోడల మీదా, చాలా ఆల్బంలలోనూ ఉండేవి. అన్నీ బ్లాక్ అండ్ వైట్ ఫొటోలే. అసలు శారదా టీచర్ ఇల్లే ఒక మ్యూజియంలాగా ఉండేది. ఆమె తన భర్తతో తీసుకున్న ఫొటో డ్రాయింగ్ రూంలో పటం కట్టి గోడకి తగిలించి ఉండేది.

అందులోంచి వాళ్లిద్దరూ ఎంతో సంతోషంగా, ఉత్సాహంగా ముందుముందు ఏం జరగబోతోందో అని ఆసక్తిగా చూస్తూండేవారు. ఆ ఫొటోలో అతను ఆర్మీ యూనిఫాంలో ఆత్మవిశ్వాసంతో – వేసవి సెలవులకి విశాఖపట్నం వెళ్లినప్పుడు చూసిన 'హమ్ దోనో' సినీమాలో మీసాల దేవ్ ఆనంద్ లాగా స్మార్ట్ గా ఉంటాడు. కాకపోతే కాస్తంత నలుపు. శారదా టీచర్ వయసులో బాగా చిన్నగా, అందంగా, కాటుకదిద్దిన అమాయకపు కళ్లతో, కొంచెం సిగ్గుపడుతూనే కుతూహలంగా చూస్తూ ఉంటుంది. ఆ ఫొటోని ఎన్నిసార్లు, ఎంత సేపు చూశానో. ఇప్పుడు ఆమె కళ్ల చుట్టూ చేరిన నల్లరింగులుగానీ, నుదుటి మీద పేరుకున్న గీతలుగానీ ఆ ఫొటోలో కనబడవు. ఆ ఫొటోలో ఆమె కట్టుకున్న చీర తాలూకు బోర్డర్ కూడా నాకిప్పటికీ గుర్తే. మొదట్లో ఓమారు అలా చూస్తూంటే, శారదా టీచర్ –

'మా పెళ్లయిన వారం రోజులకి స్టుడియోకి వెళ్లి తీయించుకున్నాం, జైసల్ మీర్ లో,' అంది.

ఆనాటి నుండీ ఆమె రహస్య శిబిరంలో కాలం వెళ్లదీస్తున్న రాజకుమార్తెలాగా కనబడేది. ఆమెను అక్కడ దాచిపెట్టి అర్ధాంతరంగా యుద్ధానికి వెళ్లిపోయిన రసపుత్ర వీరుడిలాగా ఆమె భర్త అగుపించాడు. గుర్రాల డెక్కల చప్పుడూ, సకిలింపులూ, కత్తులు ఝుళిపించే రౌతుల అదిలింపులూ వినబడేవి. మండుటెండలో దౌడుతీసే గుర్రాలు రేపిన ఎడారి ఇసుక తెరలు నన్ను ఉక్కిరిబిక్కిరి చేసేవి. అతగాడు వెళ్లేముందు ఆమె ఇంటి చుట్టూ సైనికులను పహారాకి పెట్టకపోవడం నాకు విచారం కలిగించేది.

అతని పేరు సెబాస్టియన్ అని ఒక ఆర్మీ ఆఫీసర్ల గ్రూప్ ఫొటో ద్వారా తెలిసింది. ఆ పక్కనే ఒక మెడల్ వ్రేలాడదీసి ఉంది. దానిమీద కూడా అదే పేరు – 'కెప్టెన్ రొనాల్డ్ ఎల్. సెబాస్టియన్'. వెలవెలబోయిన ఆ మెడల్ నీ, వెలిసిపోయిన దాని రిబ్బన్ నీ పరిశీలనగా చూస్తూంటే –

"1962 చైనా వార్ లో ఆయనకిచ్చారు," అన్నది శారదా టీచర్. కొంచెం గర్వం ధ్వనించింది ఆమె గొంతులో.

"మరి దాని మీద 1964 అని ఉందే?"

చెప్పాలా వద్దా అన్నట్లు ఆమె ఒక్క నిమిషం తటపటాయించింది.

"ఆయన రెండు సంవత్సరాల పాటు చైనా వాళ్ల చేతుల్లో ఖైదీగా ఉండి

వచ్చారు," అంది చివరికి. నాలో ఎన్నో ప్రశ్నలు మెదిలాయి. నోరు విప్పేలోగా,

"పాపా, నిన్నటి పాఠం మరో సారి చెప్పుకుందాం, పుస్తకం తియ్యి," అంది హిందీలో. అంటే టీచర్ అవతారం ఎత్తిందన్నమాట. ఇంక కబుర్లు చాలు అని దానర్థం.

అమ్మ చేసిన హెచ్చరిక గుర్తుకొచ్చింది. ఎంత లోతైన స్నేహబంధాన్నయినా తెగేదాకా లాగకూడదని నాకు తెలుసు. వాళ్లిద్దరి కుటుంబ సభ్యులతో ఉన్న ఫొటో ఒక్కటీ కనబడలేదు, ఎందుచేత చెప్మా? రమారమి మరో ఏభై ఏళ్లకిగాని ఈ సందేహానికి జవాబు దొరకలేదు.

❖ ❖ ❖

మరుసటి ఏడు మా నాన్నగారికి ఆ ఊరినుండి బదిలీ అయిపోయింది. మరో ఏడాదిలో నేను కాలేజిలో చేరాను. రెండు మూడేళ్లపాటు క్రమం తప్పకుండా న్యూ ఇయర్ గ్రీటింగ్స్, టీచర్స్ డే శుభాకాంక్షలు పంపాను. ఉత్తరాలు రాశాను. ఆమె కూడా అప్పుడప్పుడూ రాసేది. ఆ తరువాత మా ఇద్దరి మధ్యా నిశ్శబ్దం. శాశ్వతం అనుకున్న బంధం అలా ముగిసిపోయింది. చూస్తూ ఉండగానే నాలుగు దశాబ్దాలు గడిచిపోయాయి. శారదా టీచర్ ఇప్పుడెలా ఉందో? అసలు ఉందో లేదో?...

ఆ ముందు ఏడాది నాన్నగారు పోయారు. మొదటి వర్ధంతి సందర్భంగా పేపర్లలో ఫొటో వేయించాం, నర్సక్క అది చూసిందట. ఎంతో అభిమానంగా ఫోన్ చేసి చాలా సేపు మాట్లాడింది. విశాఖపట్నంలోనే ఉందటగానీ అనారోగ్యం మూలంగా రాలేకపోతున్నానంది. నన్నే వాళ్ల ఇంటికి రమ్మంది. చుట్టాలందర్నీ సాగనంపాక నేను బయల్దేరాను.

నర్సక్క ఇల్లు చిన్నదేగానీ చాలా పరిశుభ్రంగా ఉంది. చిన్న డ్రాయింగ్ రూంలోనే నర్సాపురం లేసులు పరచిన సోఫా సెట్టు; గోడపై వెలుగుతూ ఆరుతూ ఉండే చిన్న బల్బుల మధ్య దీవిస్తున్న ఏసు క్రీస్తు – ముళ్లకిరీటంతో.

కునుకుతీస్తున్న పోమెరేనియన్ నన్ను చూడగానే నిద్రలేచి భౌభౌమని పలకరించి హడావుడిగా అటూఇటూ పరుగులు తీసింది. దాని అరుపులు వినబడ్డాయి కాబోలు,

"రా అమ్మా! కూర్చో! అదేం చెయ్యదు. ఎంత పెద్ద దానవైపోయావో!"

అంటూ వాకర్ సాయంతో నడుస్తూ లోపల్నించి వచ్చింది – నర్సక్క. బాగా చిక్కిపోయింది. జుత్తు పూర్తిగా నెరిసిపోయి పలచబడింది. నర్సు యూనిఫాంలో స్మార్ట్ గా, స్ట్రిక్ట్ గా ఉండేది. ఇప్పుడామె వేసుకున్న హౌస్ కోటు వదులుగా ఆమె శరీరంపై వేలాడుతోంది, ఆమె చర్మం లాగే. గొంతు మాత్రం ఖణీమని వినిపిస్తోంది – పూర్వం మాదిరిగానే. నన్ను ఆప్యాయంగా కౌగలించుకొని నుదుటిమీద చిన్న ముద్దుపెట్టింది.

"గో ఇన్సైడ్, గూఫీ, గో ఇన్సైడ్," అంది కుక్కతో. అది ఆమె కేసి ఒకసారి చూసి, సోఫా ముందున్న టీపాయ్ క్రింద కూర్చుంది – మా మాటలు వినడానికని.

"నేనిక్కడ ఈ చేతుల కుర్చీమీద కూర్చుంటాను పాపా. ఇక్కడైతే నాకు లేవడం సులువు. నువ్వలా సోఫా మీద కూర్చో," అన్నది. నన్ను ఇంట్లో 'పాపా' అని పిల్చేవాళ్లని ఈమెకి ఇంకా గుర్తుంది. లేదా ఆ మస్తిష్కపు సన్నని దారులనుండి ఆకస్మికంగా, అనాలోచితంగా వెలువడిన జ్ఞాపక శకలమేమో?

నేను తీసుకొచ్చిన స్వీట్ పేకెట్ ని టీపాయ్ మీద ఉంచాను.

మెర్సీ నన్ను పరిశీలనగా చూస్తూ, ఇంగ్లీషులో –

"నిన్ను చూస్తుంటే మీ అమ్మే గుర్తుకొస్తోంది. డాక్టర్ గారి పోలికలు కూడా ఉన్నాయి. ముఖ్యంగా ఆ ముక్కూ, నుదురూ ఆయనవే. చిన్నప్పుడు తెలీవుగానీ, పెద్దవుతున్నకొద్దీ బయటపడతాయి," అన్నది.

"అక్కా! నీకు అభ్యంతరం లేకపోతే మన మాటలు రికార్డ్ చేస్తాను,"

"చేసుకోలేగానీ, ఏం చేద్దామని – ఈ రికార్డింగ్?"

"నేనూ, తమ్ముడూ, చెల్లీ – నాన్నగారి జ్ఞాపకాలతో ఒక సావనీర్ లాగా తీసుకొద్దామనుకుంటున్నాం. ఆయన స్నేహితులు, ఆయనతో పనిచేసిన వాళ్లతో ఇంటర్వ్యూలు – దొరికితే ఫొటోలు చేర్చాలనుకుంటున్నాం. ఇంగ్లీషు, తెలుగు – నీకెలా తోస్తే అలాగే," అంటూ నా స్మార్ట్ ఫోన్ ని రికార్డింగ్ మోడ్ లో పెట్టాను.

"నేనాయనతో కలిసి పని చేసింది పదేళ్లే అయినా డాక్టర్ గారి గురించి చెప్పాల్సిన విశేషాలు చాలా ఉన్నాయి. అప్పుడు మీరంతా బాగా చిన్నవాళ్లు, మీకు తెలియని సంగతులు చాలానే ఉంటాయి. మొట్టమొదట ఒక విషయం చెప్పాలి. అసలు ఉత్తరాంధ్ర జిల్లాలలో పబ్లిక్ హెల్త్ కేర్ అంటే ఏమిటో,

జనాలకి, ముఖ్యంగా బీదవాళ్లకి దాని మూలంగా ఎంత మేలు జరుగుతుందో మీ నాన్నగారు వచ్చాకే అందరికీ తెలిసింది. మేం కూడా ఎంతో ఉత్సాహంతో ఆయన కింద పనిచేసాం. స్టాఫ్ ని ఎలా చూసుకోవాలో, వాళ్ల దగ్గర్నుంచి ఎలా పని రాబట్టుకోవాలో ఆయనకి బాగా తెలుసు. ఆయన దగ్గర మేమంతా చాలా నేర్చుకున్నాం. మేం చేస్తున్న పని దైవకార్యమనే మేమంతా అనుకొనేవాళ్లం. పేషెంట్లకయితే ఆయన దేవుడే. ఆయన మంచి డాక్టర్, సందేహం లేదు; అంత కన్నాకూడా ముఖ్యంగా చాలా మంచి మనిషి. రెండు మూడు కేసులు చెప్తాను, అన్నీ చెప్పాలంటే సాధ్యం కాదు..." ఇలా చాలా చెప్పుకుపోయింది.

నాన్నగారూ, అతని సహోద్యోగులూ రాత్రనక, పగలనక వైద్యసేవలందించేవారని మెర్సీ వివరించినప్పుడు అది కొత్త విషయం అనిపించలేదుగానీ పేషెంట్లతో, వారి బంధువులతో ఆయన చాలా సౌమ్యంగా మాట్లాడేవారనీ, ప్రాణాంతకమైన జబ్బులతో బాధపడే వాళ్లకు కూడా ఎంతో మనోధైర్యం కలుగజేసేవారనీ ఆమె అన్నప్పుడు నాకు ఆశ్చర్యం కలిగింది. పరిమితమైన నిధులతో, పరికరాలతో, సదుపాయాలతో ఆ రోజుల్లో నాన్నగారిలాంటి గవర్నమెంటు డాక్టర్లు అన్ని మంచి పనులు చేశారంటే ఇప్పుడు నమ్మడం కష్టం. నాన్నగారి మీద నాకున్న గౌరవభావం పదింతలు పెరిగిపోయింది – మెర్సీ మాటలతో. ముక్కూమొహం తెలియనివాళ్లు అంతమంది ఎందుకు ఇంటికి వచ్చీ, ఫోన్లు చేసీ పరామర్శించారో కొంచెంకొంచెంగా అర్థం కాసాగింది. నాన్నగారి పాతకాలపు మంచితనాన్నీ, ఆ తరంవాళ్ల అంకితభావాన్నీ తల్చుకుంటే మాటల్లో చెప్పలేని దుఃఖం ముంచుకొచ్చింది. తల్లిదండ్రులు వదిలి వెళ్లే జ్ఞాపకాలు, క్షోభ, పశ్చాత్తాపం మన లోలోపల గూడుకట్టుకొని శాశ్వతంగా ఉండిపోతాయి; మన అంతిమ ప్రయాణాల్లో కూడా తోడుగా సాగి, శ్మశానం చేరుకొనే వరకూ మనల్ని వెంటాడతాయి.

మెర్సీ మాటల ప్రవాహం ఆగింది. కొంచెం ఆయాసపడుతూ,

"చూశావా? మర్చేపోయాను. టీ తాగుదాం. నీ కోసం కేకు తెప్పించాను. ఎగ్ ఉంటుంది. తింటావు కదా?" అంటూ లేచి వాకర్ తో లోపలికి నడిచింది. నేనూ ఆమె వెంట నడుస్తూ –

"అన్నీ తింటాను. అయినా అక్కా, టీ నేను చేస్తానులే, పద," అన్నాను.

గూఫీ నిద్ర లేచి తనక్కూడా ఏదైనా పెట్టమని కాబోలు, తోకాడిస్తూ

మాతోబాటుగా వంటింట్లోకి చేరుకుంది.

❖ ❖ ❖

టీ తాగుతూ మాట్లాడసాగింది, మెర్సీ. ఆమెలో పాత జ్ఞాపకాలు రేకెత్తించిన ఉత్సాహం స్పష్టంగా కనిపిస్తోంది –

"డాక్టర్ గారి వైద్యం గురించి చాలానే చెప్పాను కదా? ఆయన చేసిన సోషల్ సర్వీస్ గురించి కొంచెమైనా చెప్పాలి. ఈ రోజుల్లో ఇరుగుపొరుగు వాళ్లనే పట్టించుకోరు. ఆయన ఎంతమందికి ఎన్ని విధాలుగా సాయపడ్డారో చెప్పడం కష్టం. నాకు తెలిసిన కేసులే లెక్కలేనన్ని ఉన్నాయిగానీ, నీకు పరిచయం ఉన్న వ్యక్తి గురించి చెబుతాను. శారదా టీచర్ నీకు గుర్తుందా? నువ్వు ట్యూషన్ కి కూడా వెళ్లేదానివి,"

సోఫా మీదనుండి క్రింద పడిపోతానేమో అన్నంతగా షాక్ అయ్యాను. ఎప్పటి శారదా టీచర్!? వొళ్లంతా ఒక గగుర్పాటు.

"1962లో జరిగిన చైనా వార్ లో ఆమె భర్త యుద్ధఖైదీగా టిబెట్ లో రెండేళ్లున్నాడు. తిరిగి వచ్చేవరకూ అతను బతికున్న విషయం ఎవరికీ తెలియలేదు. పోయాడనే అనుకున్నారు – అంతా. శారదా టీచర్ అతన్ని చేసుకోవడం ఆమె ఇంట్లో ఎవరికీ ఇష్టంలేదు. ముఖ్యంగా ఆమె తమ్ముడికి. సెబాస్టియన్ – 'మిస్సింగ్ ఇన్ ఏక్షన్' అని తెలిసినప్పుడు ఆమె ఇంటిమీద పడ్డాడు. చంపుతానని బెదిరించాడు. కిడ్నాప్ చేసేందుకు ప్రయత్నించాడు. అప్పుడు మీ నాన్నగారు స్వయంగా వెళ్లి అడ్డుకున్నారు. పోలీసు కంప్లయింట్ ఇచ్చారు. దాంతో ఆమె తమ్ముడు తోక ముడిచాడు. శారదని కొన్నాళ్లు మా ఇంట్లో దాచారు,"

"1964లో అతను తిరిగి వచ్చాడన్నమాట. పోనీ అప్పుడైనా కొంతకాలం పాటు భార్యా భర్తలు వాళ్ల మానాన వాళ్లున్నారా?"

"అరు నెలలు కూడా తిరక్కుండా 1965లో పాకిస్తాన్ తో యుద్ధం వచ్చింది. దురదృష్టం ఏమిటంటే అప్పుడు కూడా సెబాస్టియన్ కాలికి తూటా తగిలి శత్రువులకి పట్టుబడ్డాడు. ఏమయ్యాడో తెలియలేదు. శారద చాలా అప్సెట్ అయిపోయింది. హిస్టీరికల్ గా తయారైంది. అప్పుడు కూడా డాక్టరుగారు ఆమెకు చాలా సాయం చేసారు. డిప్రెషన్ కి మందులిచ్చారు. వైజాగ్ తీసుకొచ్చి

మొదట కేజీఎచ్ లో, తరవాత మెంటల్ హాస్పిటల్ లో ట్రీట్మెంట్ ఇప్పించారు. ఆ తరవాత ఆయన ద్వారా శారద ఎంతో మంది పెద్దవాళ్లని కలిసింది. డాక్టరుగారు రక్షణ మంత్రికీ, ప్రధాన మంత్రికీ స్వయంగా ఉత్తరాలు రాశారు. లోకల్ ఎంపీ చేత పార్లమెంటులో ప్రశ్నలు అడిగించారు. చివరికి సెబాస్టియన్ బతికే ఉన్నాడని తెలిసింది. అరవై తొమ్మిదిలో విడుదలయ్యాడనుకుంటాను. మళ్లీ 1971లో యుద్ధం వచ్చింది. నీకు జ్ఞాపకం ఉండాలే?"

"అవును, బాంగ్లాదేశ్ విముక్తి యుద్ధం. బాగానే గుర్తుంది,"

"1971 బాంగ్లాదేశ్ యుద్ధంలో సెబాస్టియన్ చనిపోయాడు. అప్పటికతను మేజర్ గా ప్రమోట్ అయ్యాడు. చనిపోయాక వీరచక్ర ఇచ్చారు. శారదా టీచర్ ఢిల్లీ వెళ్లి రిపబ్లిక్ డే నాడు ప్రెసిడెంట్ చేతులమీదుగా తీసుకుంది."

"శారదా టీచర్ ఇప్పుడు...?"

"పోయి పదేళ్లు అవుతుంది. భర్త పోయాక ఆమె ఆరోగ్యం పూర్తిగా దెబ్బతింది."

"పిల్లలు?"

"ఆమెకు పిల్లలు కలగ లేదు. ఒక ఆడపిల్ల – పురిట్లోనే పోయింది. నేనే మంత్రసానిని. అప్పటికి నువ్వు చాలా చిన్నదానివి. ఆ బిడ్డ బతికి ఉంటే మీ చెల్లెలు వయసుది అయి ఉండేది,"

"ఆమె చివరిలో డబ్బుకి ఇబ్బంది పడిందా?"

"అబ్బే, ఎప్పుడూ ఇబ్బంది పడలేదు. పెన్షన్ వచ్చేది. అయినా ఒంటరిది. పిల్లా, జెల్లా ఎవరూ లేరు కదా! ఆమెకు డబ్బు అవసరాలు అంతగా ఏముంటాయి? పైగా ఆమెకు హైవేమీద ఒక పెట్రోల్ బంకు కూడా ఎలాట్ అయింది,"

"పోన్లే...చివరి రోజుల్లో బాగానే గడిచిపోయింది కదా?"

"ఏం బాగు? ఆమె తమ్ముడు ఆ బంకుని నడిపేవాడు. బాగా సొమ్ము చేసుకున్నాడు. అడ్డగోలుగా సంపాదించాడంటారు. ఈమె చేతిలో పాతికో పరకో పెడుతూండేవాడు. ఊళ్లో తగవులన్నీ ఇంటి మీదకి తెచ్చేవాడు. శారదకి మనశ్శాంతి లేకుండా చేశాడు. ఆమె మొహం చూసి జనం ఊరుకొనేవారు. అతనిప్పుడు దేశభక్తుల పార్టీ నాయకుడు,"

“నీకివన్నీ ఎలా తెలుసు?”

“సెబాస్టియన్ ది నర్సపూర్, వెస్ట్ గొడావరి. అది మా పినమావగారి అల్లుడి ఊరు. మాక్కూడా అతనితో ఏదో బీరకాయపీచు బంధుత్వం ఉంది. ఇవన్నీ తరవాత తెలిసాయి. వాళ్లదీ వీళ్లదీ ఒకే చర్చి. సెబాస్టియన్ సమాధి పక్కనే తనని కూడా పాతిపెట్టమని శారదా టీచర్ చివరి కోరిక. నాకు కబురు పెట్టింది. పాస్టర్ గారికి కూడా చెప్పింది,”

“మరి...?”

“అది కూడా నెరవేరలేదు. ఆమె తమ్ముడు పడనివ్వలేదు. దహనమే చేశారు, హిందూ పద్ధతి ప్రకారం. అప్పుడనిపించింది, మీ నాన్నలాంటి పెద్దమనుషులెవరైనా మాకు తోడుగా వచ్చి ఉంటే ఆ మూర్ఖుడు ఒప్పుకొనేవాడేమో అని. ఈ రోజుల్లో డాక్టర్ గారి లాంటివాళ్లెవరూ కనిపించడం లేదు,”

కాసేపు మా ఇద్దరి మధ్యా మౌనం. ఏమనడానికీ నాకు తోచలేదు. నా లోలోపల ఏదో అలజడి. మెర్సీయే మళ్లీ నోరు విప్పింది –

“నేనూ పాస్టరుగారూ వెళ్లి శారద తమ్ముడ్ని చాలా బతిమాలాం. కాళ్లావేళ్లా పడ్డాం. కనీసం కొంచెం అస్థికలైనా, చివరికి బూడిదైనా ఇవ్వమన్నాం – సెబాస్టియన్ సమాధి పైన జల్లడానికి. అతను పరమ కర్కోటకుడు. ఎన్ని విధాలుగా చెప్పినా అతని మనసు కరగలేదు. మమ్మల్ని నానా తిట్లూ తిట్టి గుమ్మంలోంచే పంపేశాడు.”

నాకు పట్టరాని దుఃఖం వచ్చింది. వెక్కివెక్కి ఏడవసాగాను. మెర్సీ నెమ్మదిగా లేచివచ్చి సోఫాలో నా పక్కన కూర్చుంది. నన్ను దగ్గరకు తీసుకుంది. నా తలను ఆమె ఒళ్లో పెట్టుకుంది.

గూఫీ ‘కుయ్యి, కుయ్యి’ అంటూ మెర్సీ హౌస్ కోట్ ని కరచిపట్టుకొని లాగింది. దానికేదో అర్థం అయింది.

హృదయం విప్పి తన సహచరుడికి రహస్యం చెప్పుకోగల చల్లని మంచు రాత్రి రాకుండానే శారదా టీచర్ కథ ముగిసిపోయింది.

['సారంగ' అంతర్జాల పత్రిక 15 డిసెంబరు 2019నాటి సంచికలో మొదట ప్రచురింపబడింది]

# గిట్టలు, గోళ్లు

"మన మేకలం అంతాకలిసి సంఘం పెట్టుకున్నాం కదా? అలాగే పులులు కూడా ఎందుకు పెట్టుకోకూడదు? పెట్టుకుంటే తప్పేమిటి?" మేకపిల్ల భయపడుతూనే తండ్రి పెద్ద మేకపోతుని అడిగింది.

మేకపోతు గంభీరంగా మేకగడ్డం నిమురుకుంటూ –

"పులులకి సంఘంలేదని ఎందుకనుకుంటున్నావు? మన సంఘం నిన్నగాక మొన్న పుట్టింది. వాళ్ల సంఘం చాలా పాతది. అసలు సంఘం అంటేనే పులులు, పులులంటేనే సంఘం".

మేకపిల్లకి కొంచెం బోధపడిందిగానీ కొత్త సందేహాలు కలిగాయి. తన పెద్దపెద్ద కళ్లతో తండ్రికేసి చూసింది.

మేకపోతుకి ఈ విషయం గురించి ఎక్కువగా చర్చించడం ఇష్టంలేదు – పిల్లలికి ఇవన్నీ ఇప్పుడే ఎందుకులే అని. ఈ వయసులో చదువు ముఖ్యం కదా! చదువుకొనే అవకాశం – మేకపిల్లలికీ, పిల్లగొర్రెలకీ ఈ మధ్యనే ఏర్పడింది. అందుకుగాను ఎన్నాళ్లు పోట్లాడవలసి వచ్చింది?! ఇప్పటికీ కొన్ని పెద్దపులులు అడ్డుకుంటూనే ఉన్నాయి, 'మీ మొహాలికి చదువు కూడానా?' అని వెక్కిరిస్తూనే ఉన్నాయి. అయితే చదువులో మేకలూ, గొర్రెలూ కూడా బాగా రాణిస్తున్నాయి.

గొర్రెలు ఏకసంధాగ్రాహులు; ఒక పాఠ్యాంశంపై దృష్టి పెట్టాయంటే ఇక అటూ–ఇటూ చూసే ప్రసక్తేలేదు. మేకలు సృజనాత్మకతకి మారుపేరుగా అవతరించాయి; వాటి ధారణ శక్తి అమోఘం. ఈ మార్పులను గుర్తించని పులుల సంఖ్య మాత్రం ఇంకా బలంగానే ఉంది.

'పులులకు కూడా సంఘం!' మేకపోతుకి నవ్వొచ్చింది. ఈ ప్రశ్న మేకపిల్లకి స్వతహాగా తోచిందంటే నమ్మకం కుదరడం లేదు. స్కూల్లో ఏ పులిపిల్లో బుర్రలో పెట్టి ఉంటుంది. అయిష్టంగానే మళ్లీ నోరు విప్పింది –

"ఇప్పుడంటే ఇన్ని ఊళ్లు వచ్చాయిగానీ, పూర్వం అంతా అడివే. అడివిలో పులుల మాటే చెల్లుతుంది గానీ మేకలు 'మే, మే' అని ఎంత గీపెట్టినా ఎవరు వింటారు? మరీ ఎక్కువగా అరిస్తే పులులొచ్చి మీద పడతాయి. అసలు మరొకరి మాట పులులు వినాలని అవీ అనుకోలేదు; మన పెద్దవాళ్లూ అనుకోలేదు. ఎన్నో తరాలపాటు పులుల దౌర్జన్యం కొనసాగుతూ వచ్చింది. విసిగిపోయిన మేకలూ, గొర్రెలూ మరో మార్గంలేక న్యాయం కోసమని సంఘం పెట్టుకున్నాయి. అప్పటినుంచీ గొర్రెలు కసాయిని నమ్మడం మానేశాయి; మేకలు బక్రాలు కావడం ఆగిపోయింది. దాంతో పెద్దపులులు – మేకలకీ, గొర్రెలకీ మధ్య ఎలాగైనా చిచ్చుపెట్టాలనీ, మన సంఘాన్ని చీల్చాలనీ చాలా కుట్రలూ, దుర్మార్గాలూ చేశాయి, చేస్తున్నాయి".

మేకపిల్లకి మరికొంత బోధపడింది. దానికి ఊహ తెలిసిన నాటినుంచీ మేకపిల్లలూ, పిల్ల గొర్రెలూ, పులిపిల్లలూ ఊళ్లో ఉన్న బడికి కలిసే వెళ్తున్నాయి; కలిసే ఆడుకుంటున్నాయి. ఎప్పుడైనా వాటి మధ్య చదువులో పోటీ, లేదా ఆటల్లో తగవులూ వస్తే గనక చివరికి పులిబిడ్డల మాటే నెగ్గేది. 'మేకబిడ్డ' లేదా 'గొర్రెబిడ్డ' అన్న మాటలే కొంచెం ఎబ్బెట్టుగా ఉన్నాయని – ఎవరూ వాడింది లేదు. ఒకే ఒక్కసారి కొండగొర్రె మాస్టారు చరిత్ర పాఠం చెబుతూ మధ్యలో వాడితే పులి పిల్లలన్నీ ముసిముసి నవ్వులు నవ్వుకుంటూ మొహాలు చూసుకున్నాయి; వచ్చీరాని వాటి మీసాల్ని దువ్వుకున్నాయి. ఆ తరవాత అవి ఇంగ్లీషులో జోకులు వేసుకున్నాయి. అవి తమ గురించే అని తెలుగు మీడియం మేకలకీ, గొర్రెలకీ అర్థం అయిపోయిందిగానీ విషయం తెలియలేదు.

అయినప్పటికీ ఆ రోజున చరిత్ర పాఠం చెబుతూ మాస్టారు అన్నమాటలు గొర్రె పిల్లలికీ, పిల్ల మేకలకీ మాబాగా గుర్తుండిపోయాయి. ఎన్నాళ్లయినా

వాటిని అవి మర్చిపోనేలేదు.

తన దళసరి కళ్లద్దాల్లోంచి పైకి చూస్తూ –

"ఇప్పుడంటే 'గొర్రెతోక బెత్తెడు' అనీ, 'చెవులు తెగ్గోసిన మేకలు' అనీ ప్రతీవాళ్లూ వేళాకోళం చేస్తున్నారు గానీ ఎప్పుడో ఒక రోజున గొర్రెపిల్లల, మేకబిడ్డల చల్లని రాజ్యం వస్తుంది. అందరికీ పచ్చని బతుకులు వస్తాయి, వచ్చి తీరుతాయి – చూస్తూ ఉండండి!" అన్నాడు. అప్పుడాయన కంచు కంఠం స్కూలంతటా ప్రతిధ్వనించింది.

ఏడాది తిరక్కుండానే మాస్టారు కొండచరియ ఎక్కుతూ కాలుజారి క్రింద పడి మరణించారని వార్త వచ్చింది. ఆయన ఒంటరిగా ఉన్నప్పుడు పెద్దపులులే చుట్టుముట్టి కొండ మీదనుండి పడదోశాయని కొన్ని మేకలూ, గొర్రెలూ విశాలమైన పచ్చిక మైదానాల్లోకి గుంపులుగా మేతకి వెళ్లినప్పుడు ఇంకెవ్వరికీ వినబడకుండా చెవులు కొరుక్కొనేవి.

❖ ❖ ❖

స్కూల్ డే నాడు జరిగిన కబడ్డీ పోటీతో మేకపిల్లకి అన్ని విషయాలూ ఒక్కమాటు అర్థం అయిపోయాయి. అసలేం జరిగిందంటే –

ప్రతీ ఏటా కబడ్డీ పోటీలు గొర్రెలకీ, మేకలకీ మధ్య జరిగేవి. అవి ఎంత ఉత్సాహవంతంగా జరిగేవంటే – చుట్టుపక్కల గ్రామాల జంతువులుకూడా స్కూలికి వచ్చి చూసేవి. ప్రేక్షకులు ఆటలో మైమరచిపోయి కేరింతలు కొట్టేవారు. పులి పిల్లలు కబడ్డీ ఆడేవి కావు. వాటికి ఆ ఆట అంటేనే చిన్న చూపు. 'అదీ ఒక ఆటేనా? ఒట్టి దొమ్మరి మేళం!' అని బహిరంగంగానే అనేసేవి. వాటి దృష్టిలో టెన్నిస్, లేదా క్రికెట్ మాత్రమే నాగరీకుల ఆటలు.

మరోవైపున కబడ్డీ ఆటకి జనాదరణ విపరీతంగా పెరిగిపోయింది. బాగా ఆడే మేకపిల్లలూ, పిల్లగొర్రెలూ హీరోలూ, హీరోయిన్లూ అయిపోయాయి. క్లాస్ లీడర్లుగానూ, స్కూల్ లీడర్లుగానూ ఎన్నికైపోయారు. సంఖ్యాబలం దండిగా ఉంది మరి. ఆటల పోటీలు జరిగినప్పుడల్లా వాళ్ల ఆటోగ్రాఫ్ ల కోసం ప్రేక్షక జంతుజనం ఎగబడసాగారు. పులిపిల్లలికి చిర్రెత్తుకొచ్చింది. పెద్ద పులులకు ఫిర్యాదు చేశాయి.

"చూశార్రా, వీళ్ల ఆగడాలు? అప్పుడే వీటికి కొమ్ములొస్తున్నాయి. ఇక

ఊరుకుంటే లాభం లేదు. ఏదో ఒకటి చెయ్యాల్సిందే" అని పెద్దపులులు గాండ్రించాయి. అంతే కాదు,

"ఈ ఏడాది జరిగే కబడ్డీ పోటీలకి మీరు పేర్లివ్వండి. మిగతాది మేం చూసుకుంటాం" అని తమ పిల్లలికి ధైర్యం చెప్పాయి.

"పులి పిల్లలు కూడా ఈ ఏడాది కబడ్డీ పోటీల్లో పాల్గొంటున్నాయట" అని పిల్లమేక తన మేకపోతు తండ్రితో చెప్పినప్పుడు – ఆయన ఉలిక్కిపడ్డాడు. హెడ్మాస్టరుగా ఉన్న ముసలి పులి దగ్గరకు పరుగెత్తాడు.

"అయ్యా! ఇదెక్కడి న్యాయం? పులులన్నిటికీ వయస్సుతో నిమిత్తం లేకుండా గోళ్లూ, కోరలూ ఉంటాయి. అసలే కబడ్డీ ఆట. మీద పడి రక్కితే, కొరికితే మేకపిల్లలూ, పిల్లగొర్రెలూ ఏమవుతాయి?" అని లబోదిబోమన్నాడు.

ముసలి పులి ఆ గోడంతా విని,

"నిజమే. మనది అహింసా రాజ్యం. ఎట్టి పరిస్థితుల్లోనూ రక్తపాతం జరగకూడదు. అలాగన్చెప్పి పులిపిల్లల్ని ఆడకుండా కట్టడి చెయ్యలేం. ఏదో ఒక మార్గం ఆలోచిద్దాం. మీకేదైనా పరిష్కారం తోస్తే చెప్పండి, చర్చకు పెడతాను" అని మేకపోతుని పంపించేసింది.

మేకలూ, గొర్రెలూ అత్యవసర సమావేశం ఏర్పాటు చేసుకొని సమస్యని సుదీర్ఘంగా చర్చించాయి. వాటి మధ్య ఎంతో కాలంగా రగులుతూన్న సైద్ధాంతిక విభేదాలు మరోసారి బహిర్గతం అయ్యాయి. అసలు పులులతో సహవాసం చెయ్యడమే అత్యంత ప్రమాదకరం, అతి పెద్ద పొరబాటు – వాటి నుండి దూరంగా ఉండాలని కొన్ని వాదించాయి. ఇందుకు విరుద్ధంగా – 'మన ప్రధాన శత్రువు మనిషే గనక ప్రపంచవ్యాప్తంగా చతుష్పాద జంతువులన్నీ ఏకం కావాలి' అని కొన్ని నినాదాలు చేసాయి. 'సాటి జంతువులైన పులుల్ని కూడా మనలో కలుపుకొని ముందుకి సాగాలి' అని అవి అభిప్రాయ పడ్డాయి. 'మనతో సావాసం చేసిచేసి పులులు గడ్డి తింటాయా?' అని వాటిని మరికొన్ని వెటకారం చేశాయి. పులులనేవి వాటి గతాన్నీ, మూలాల్నీ పూర్తిగా మర్చిపోయి, సాధుజంతువులుగా మారి తమతో కలిసిపోవాలనీ, మేకలూ, గొర్రెలూ మాత్రం – కొత్తగా ఏర్పడ్డ చైతన్యంతో ఒకే త్రాటిమీద నడవాలనీ, అలా జరిగితేనే నాలుగు కాళ్ల జంతువుల మధ్య ఐక్యత సాధ్యపడుతుందనీ కొందరు సభ్యులు

తీర్మానాన్ని ప్రవేశపెట్టారు. 'ఒకదాని వెంట ఒకటి పోవడం, ఒకే త్రాటి మీద నడవడం గొర్రెలకు సాధ్యపడవచ్చునేమోగానీ మా వల్ల మాత్రం కాదు. మేం స్వేచ్ఛా జీవులం' అని మేకలు మొరాయించాయి. తీర్మానం వీగిపోయింది. అప్పటికే రాత్రి బాగా పొద్దుపోయింది. అందరికీ నిద్ర ముంచుకొస్తోంది.

సమావేశానికి అధ్యక్షత వహించిన మేకపోతు ఇంక భరించలేక –

"ఇవన్నీ మనకెప్పుడూ ఉండే ముచ్చట్లే. మన ముందున్న తక్షణ సమస్య మీద దృష్టి పెడదాం" అన్నది.

"పులులకున్న స్పష్టత మనలో ఎవరికీ లేదు. ఎన్నాళ్లయినా వాదులాడుకోవడంతోనే సరిపోతోంది" అని దగ్గరవాళ్ల ముందు విసుక్కుంది కూడా.

చివరికి తేలింది ఏమంటే – మేకలూ, గొర్రెలూ అంగీకరించిన తీర్మానంలో పులిపిల్లలు కబడ్డీ ఆడేందుకు తమకు ఎట్టి అభ్యంతరాలూ లేవని తెలియజేస్తూ, ఆటలో దిగే ముందు వాటి గోళ్లను బాగా కత్తిరించాలని షరతును విధించాయి.

ఈ సంగతి ముసలి పులి వెళ్లి పెద్ద పులులకు చెప్తే – అవి వెంటనే ఆ షరతుని ఆమోదించేశాయి.

ఇక్కడేదో మతలబు ఉందని మేకపోతుకీ, మిగతా పెద్దలకీ అనిపించిందిగానీ అదేమిటో అర్థం కాలేదు.

ఆట రోజున పులిపిల్లల పంజాలను పరిశీలించే పనిని ఒక కమిటీకి అప్పగించారు. పెద్ద మేకపోతు దానికి ఛైర్మన్ గా వ్యవహరించింది. కబడ్డీ ఆవరణంలో దిగేముందు పులి పిల్లలన్నీ తమ పంజాలను చూపించాయి. అవన్నీ గోళ్లు లేకుండా సజావుగా ఉన్నాయి. కమిటీ తన నివేదికని హెడ్మాస్టరు పులికి సమర్పించింది.

ఆట మొదలైంది. జంతు ప్రేక్షకులతో మైదానం నిండిపోయింది. అవన్నీ పులులు ఓడిపోవాలని కోరుకుంటున్నవే. మొదటిసారిగా మేకలూ, గొర్రెలూ ఒకే జట్టుగా ఆడుతున్నాయి. వాటిల్లోని ఉత్తమశ్రేణి ఆటగాళ్ల జట్టు అది. పులిపిల్లల్ని చిత్తుగా ఓడించాలని అవి నిశ్చయించుకున్నాయి. కబడ్డీ ఆట పులులకి కొత్త. వాటి అడుగులు తడబడుతున్నాయి. వాటికి ఆటకి సంబంధించిన నియమాలే ఇంకా సరిగ్గా పట్టుబడలేదు, కండబలం ఉన్నప్పటికీ కూతకి వెళ్లే పులులు

ఆటలోని మెళకువలు తెలియక దొరికిపోతున్నాయి. మేకపిల్లలూ, పిల్లగొర్రెలూ చెంగుచెంగుమని గెంతుతూ వెళ్లి, లాఘవంగా తమ గిట్టలకొనలతో పులుల్ని ఇట్టే తాకి, పట్టుకి దొరక్కుండా తిరిగి వచ్చేస్తున్నాయి. పులుల అవస్థ చూసి ప్రేక్షకులు ఉబ్బితబ్బిబ్బయ్యారు. పొట్టలు చెక్కలయ్యేలా నవ్వుకున్నారు. ఆట మరీ ఏకపక్షంగా మారిపోయింది.

మధ్యాంతరానికల్లా పులుల పరువు పూర్తిగా పోయి బజారున పడే పరిస్థితి ఏర్పడింది. పులిపిల్లల కబడ్డీ శిక్షకుడు తన జట్టు మీద మండిపడ్డాడు.

“ఇక మీదట మీలో ప్రతీ ఒక్కరూ బయట పిల్లిలాగా, లోపల పులిలాగా ఉండాలి” అని అతడు ఆదేశించాడు. పులి పిల్లలికి అర్థం అయిపోయింది. నిర్ణేత ఈల ఊదాడు. మళ్లీ ఆట మొదలైంది.

కూతకి వెళ్లే పులిపిల్లలు పిల్లుల్లా మెత్తగా సడిచేయకుండా అడుగులో అడుగువేసుకుంటూ వెళ్లి సురక్షితంగా తిరిగి వస్తున్నాయి. ప్రత్యర్థులు తమ వైపుకి వచ్చినప్పుడు మాత్రం ఒక్కసారిగా మీదపడి వాటిని రక్తం కారేలా గోళ్లతో రక్కుతున్నాయి. పంజాలతో అదిమి పెట్టి నిలుపుజేస్తున్నాయి. కాసేపట్లోనే అన్ని మేకపిల్లలూ, పిల్లగొర్రెలూ రక్తమండలాలైపోయాయి. అవి బెదిరిపోయాయి. వాటి సన్నటి కాళ్లల్లో వణుకు పుట్టింది. ఆట అస్తవ్యస్తం అయింది. చూస్తూండగానే పులిపిల్లలిది పైచేయి అయిపోయింది. ఆటగాళ్లలో ఒక గొర్రె కంగారుగా బయటకు గెంతింది. మిగతా గొర్రెలు దాని వెంట పారిపోయాయి. ప్రేక్షకులు నిర్ఘాంతపోయారు. మేకపోతు, మరి కొంతమంది పెద్దలు, హెడ్మాస్టరుగారిని ఆట ఆపమని వేడుకున్నారు. ఈలోగా నిర్ణేత పులి పిల్లల జట్టు గెలిచినట్టుగా ప్రకటించాడు. ప్రేక్షకులు ప్రాంగణంలోకి దూసుకొచ్చారు. నిర్ణేత మెడపట్టుకొని గద్దించారు. ముసలి పులి అక్కడినుండి జారుకుంది. కాస్త దూరం నుంచి అంతా చూస్తున్న పెద్దపులులు ఒక్కసారిగా జనంమీద దాడి చేసాయి. జనం చెల్లాచెదురయ్యారు. దొమ్మీ అయిపోయింది. అవకాశం దొరికిన మేరకి గొర్రెలూ, మేకలూ పులుల మీద కొమ్ములు విసిరి ఎదురు దాడి చేశాయి. దాంతో పులులు ఇంకా రెచ్చిపోయాయి. పులుల్ని అడ్డుకోవాలనీ, పరిస్థితిని అదుపుచెయ్యాలనీ మేకపోతు శతవిధాలా ప్రయత్నించింది.

“ఇదిగో, ఈ మేకపోతే వీళ్లకి నాయకుడు. మొదట వీడి అంతుచూడాలి. అప్పుడే ఈ అలగాజనమంతా దారిలోకొస్తారు” అన్నదొక పెద్దపులి.

అంతే. పెద్దపులుల మూకుమ్మడి దాడికి మేకపోతు ఒంటరిగా దొరికిపోయింది. వంటినిండా గాయాలయ్యాయి. 'పశువుల అస్పత్రికి తీసుకెళ్లండి' అన్నారెవరో. అప్పటికే రక్తం బాగా పోయింది. వైద్యుడు గాయాలకు కట్లుకట్టాడు. పెద్దల్ని పిల్చి,

"బతకడం కష్టం. కుటుంబ సభ్యులకి కబురు పెట్టండి" అనేశాడు. మరి కాసేపట్లో మేకపిల్ల అక్కడికి చేరుకుంది.

ఆస్పత్రి బయట గుమిగూడిన మేకలూ, గొర్రెలూ ఆతృతగా, ఆందోళనగా ఉన్నాయి. జరిగిందేమిటో వాటికి కొంచెం కొంచెంగా అర్థం అవుతోంది.

ఆ రోజున మేకలకీ, గొర్రెలకీ ఒక కొత్త విషయం తెలిసొచ్చింది. పులులు తమ గోళ్లను పంజాల లోపలికి పూర్తిగా, కనిపించకుండా వెనక్కి తీసుకోగలవు. అవసరం వచ్చినపుడు గోళ్లు పొడుచుకొచ్చిన పంజాను విసిరి మీదపడి రక్కగలవు. చీల్చి, చెండాడి చంపగలవు కూడా.

❖ ❖ ❖

మేకపోతు తన చుట్టూ చేరిన పెద్దలతో –

"ఒక్కటి గుర్తుంచుకోండి. న్యాయం కోసం ఎవరైతే పోరాడతారో వాళ్ల వైపే ధర్మం కూడా ఉంటుంది. ఎప్పటికైనా ధర్మమే జయిస్తుంది. అంచేత ఏదో ఒక రోజున పులులు తోకలు ముడుస్తాయి. ఈలోగా ఎంత వద్దనుకున్నా కొంత రక్తపాతం తప్పదు. పులులతో యుద్ధం అంటే మాటలా? ఈ రోజున ఏమైందో మీరే చూశారు. కానీ యుద్ధాలు చేస్తూచేస్తూ మనంకూడా వాళ్లల్లా దుర్మార్గులుగా, క్రూరులుగా మారిపోకూడదు. తోటి జంతువుల మీద పెత్తనం చెయ్యాలని చూడకూడదు. అలాగ్గనక చేస్తే పులులకీ మనకీ ఇంక తేడా ఏముంటుంది? ఉత్తమమైన జంతువు పుటుక పుట్టి కూడా మనుష్యులకన్నా హీనంగా తయారవుతాం. ఈ మాట గుర్తుంచుకోండి" అన్నది.

చుట్టూ ఉన్న గొర్రెలూ, మేకలూ తలలూపాయి. "ముందు మీరు కోలుకోవాలి. అదే ముఖ్యం. తరవాత అన్ని విషయాలూ మాట్లాడుకుందాం" అన్నాయి – ఏక కంఠంతో.

'ఎక్కువగా మాట్లాడొద్దు' అన్నట్లుగా పశువైద్యుడు సైగ చేశాడు. మరి కాసేపట్లో మేకపోతు కళ్లు తేలవేసింది. వైద్యుడు నాడి చూసి పెదవి విరిచాడు.

అంతా గొల్లుమన్నారు. మేకపిల్ల అమాయకపు కళ్లవెంట నీళ్లు జలజలా కారాయి.

ఇది జరిగి చాలా ఏళ్లు గడచిపోయాయి. తండ్రి పోయిన దుఃఖం నుండి కోలుకున్నాక, ఆ మేకపిల్లలో ఎన్నో మార్పులు మొదలయ్యాయి. అదిప్పుడు పిల్లమేకగా, అమాయకంగా లేదు. మేకలకు పెద్దగా, గొర్రెలకు గురువుగా, అందరికీ నాయకురాలిగా మారిపోయింది. ముఖ్యంగా పులులన్నిటికీ సింహస్వప్నంగా తయారైంది. అదంతా మరో కథ.

['ఆంధ్రజ్యోతి' దినపత్రికలో ఆదివారం, 24 మే 2020నాడు తొలుత ప్రచురింపబడింది]

# లాహిరీ నడి సంద్రమున

1

అది చలికాలమేగాని ఓడ ప్రయాణిస్తున్నది మంచుకురిసే సముద్రాల గుండా కాదు. ఒక్క వర్షాకాలం తప్పిస్తే – నిత్యం ఎండ కాసే హిందూ మహాసముద్రం అది. బాయిలర్ సూటు, హెల్మెట్ ధరించి టూల్ బాక్స్ చేత పుచ్చుకొని జూనియర్ ఇంజినీరు మహేశ్ డెక్ మీద నడుస్తూ ఉంటే ఎండ వెచ్చగా వొంటికి తగులుతూ హాయిగా ఉంది. గాఢమైన నీలంరంగులో సముద్రం తళతళలాడుతూ ఉంది; అక్కడక్కడా తెల్లటి నురగ. ప్రశాంతంగా ఉన్నప్పుడల్లా ప్రతీసారీ ఏదో కొత్తదనంతో పలకరిస్తుంది. తుఫానులో మాత్రం భయానకమే. కెరటాలు పెద్దగా లేవుగానీ గాలి విసురుకి రేగిన సన్నటి జల్లులు డెక్ ని తడుపుతున్నాయి. పక్కలకు నెమ్మదిగా ఊగుతూ, సముద్రతలాన్ని చీలుస్తూ ఓడ వేగంగా ముందుకి సాగుతోంది. ఇంజిన్ సృష్టిస్తూన్న కంపనలకు మెయిన్ డెక్ స్వల్పంగా అదురుతున్నది.

క్యాట్ వాక్ కి అటూ ఇటూ ఉన్న రెయిల్స్ ని పట్టుకోకుండానే మహేశ్ నడవగలుగుతున్నాడు. కొత్తగా వేసిన పెయింట్ వాసన వేస్తూన్న డెక్ మీద అతడు సేఫ్టీ షూస్ తో నిలకడగా అడుగులువేస్తూ ఫోక్సెల్ వైపుగా

ముందుకి సాగుతున్నాడు. ఇంజిను రూము వేడిలో, పగలో రాత్రో తెలియని విద్యుత్కాంతులలో నెలల తరబడి డ్యూటీ చేసే మహేశ్ కి అప్పుడప్పుడూ ఇలా డెక్ మీదకి రావడం కూడా ఒక ఆటవిడుపే.

కార్గో ట్యాంక్ లను శుభ్రపరచే కార్యక్రమంలో ఉన్న డెక్ సరంగు, అతని ఓడ కళాసుల బృందం కనిపించారు. తెరిచి ఉన్న ట్యాంక్ మూతల చుట్టూ మూగి లోపలికి చూస్తున్నారు. మహేశ్ ని చూస్తూనే, డెక్ సరంగు,

"క్యా పాంచ్ సాబ్, కైసే ఆనా హువా? (ఏమిటిలా వచ్చారు?)" అంటూ పలకరించాడు.

"సెకెండ్ సాబ్ పంపించాడు. విండ్లాస్ స్టీం ఇంజిన్ లో గ్లాండ్ పేకింగు మార్చాలి," అని హిందీలో జవాబిచ్చాడు మహేశ్.

"సెకండ్ సాబ్ ఇత్నా జల్దీ ఆప్కో నహీ ఛోడెంగే (సెకెండ్ ఇంజినీరు ఇప్పట్లో నిన్ను వదలడులే)." అన్నాడు సరంగు నవ్వుతూ.

నిజమే, తాను ఈ ఓడలోకి వచ్చి ఏడాది అవుతోంది. సెలవు అడిగితే ఇదిగో అదిగో అంటున్నారు. కానీ ఈ ఏడాది కాలంలోనే మంచి పనిమంతుడిగా పేరు తెచ్చుకున్నాడు. సెకండ్ ఇంజినీరుకి నమ్మిన బంటుగా మారాడు. అందరితోనూ సత్సంబంధాలు ఏర్పడ్డాయి. ఇదే తన మొదటి ఓడ; 'మొదట కష్టపడితే తరవాత అంతా సులభమేలే' అంటారు సీనియర్లు. ఆ సాకుతోనే జూనియర్ ఇంజినీర్లని బాగా తోముతారు; రోజుకి పన్నెండేసి గంటలు పని చేయిస్తారు. ఒకసారి షిప్పులో జాయినయితే రోజూ పనే. ఆదివారం లేదు, దీపావళి లేదు, రంజాన్ లేదు, క్రిస్మస్ లేదు.

సరంగుని ఉద్దేశించి, "రాజు ఎక్కడున్నాడు?" అన్నాడు మహేశ్.

"ఇక్కడే, ట్యాంక్ లోపల ఉన్నాడు. మెషీన్ క్లీనింగ్ అయిపోయింది, తుడుపులు (మాపింగ్) అవుతున్నాయి."

రాజు కూడా తెలుగువాడే. అసలు పేరు రాజారాం. కళింగపట్నంవాడు. సీమేన్ గా పనిచేస్తున్నాడు. ఆ ఓడలో వాళ్లిద్దరే తెలుగు వాళ్లు. తరచూ కలుసుకుంటూ, మాట్లాడుకుంటూ ఉంటారు. రాజు పాత పాటలు బాగా పాడతాడు. మౌత్ ఆర్గాన్ వాయిస్తాడు. ఘంటసాల అభిమాని. పాత తెలుగు సినీమా పాటల పుస్తకాలు వెంట తెచ్చుకున్నాడు. మహేశ్ తనకి ఇష్టమైన పాటల్ని

పాడించుకుంటూ ఉంటాడు. రాజు వంటకూడా బాగా చేస్తాడు. మహేశ్ కేబిన్ కి వచ్చినప్పుడల్లా ఏదో ఒకటి చేసి తీసుకొస్తాడు. ఒకటి రెండు బీరు సీసాలు అందించడం వరకూ మహేశ్ వంతు. ఈ ఓడనుండి సెలవు మీద ఇంటికి వెళ్లగానే రాజు పెళ్లి చేసుకోబోతున్నాడు. తను తప్పకుండా పెళ్లికి రావాలన్నాడు. ఒట్టు వేయించుకున్నాడు. ఈ మధ్య రాజు నోట తరచూ వినిపిస్తూన్న పాట – 'నా హృదయంలో నిదురించే చెలీ...'.

❖ ❖ ❖

డెక్ మీద పని పూర్తి చేసుకొని కేబిన్ కి వచ్చేసరికి లంచ్ టైం అయిపోయింది. హడావుడిగా స్నానం చేసి యూనిఫాం వేసుకొని ఆఫీసర్స్ సెలూన్ కి పరుగు తీశాడు. డ్యూటీలో ఉన్న సెకెండ్ మేట్, థర్డ్ ఇంజినీరు తప్ప మిగతా ఆఫీసర్లంతా భోజనాలు చేస్తున్నారు. జూనియర్లకు కేటాయించే చిట్టచివరి టేబిల్ వద్ద కూర్చొని, పక్కన ఉన్న డెక్ కాడెట్లను పలకరించాడు. సీనియర్ కాడెట్ – బక్షీ – సర్దార్; మహేశ్ కి మంచి స్నేహితుడు. కేడెట్లకి మద్యం సరఫరాపై నిషేధం ఉంటుంది గనక బక్షీ అప్పుడప్పుడూ మహేశ్ కాబిన్ కి వచ్చి చాటుగా ఓ బీరు తాగి పోతూంటాడు. తత్కారణంగా మహేశ్ తో సత్సంబంధాలు కొనసాగిస్తూ ఉంటాడు; పైగా వాగుడుకాయి. సీనియర్ ల మధ్య సంభాషణలను, సంవాదాలను, కంపెనీతో, ఏజెంట్లతో కేప్టెన్, చీఫ్ ఇంజినీర్లు – నెరపే ఉత్తర ప్రత్యుత్తరాలను, ఇతర తాజా సమాచారాన్ని ఎప్పటికప్పుడు మహేశ్ కి చేరవేస్తూంటాడు.

మహేశ్ తన టేబిల్ మీద ఉన్న మెనూ కార్డుని పరికించి స్వీట్ కార్న్ సూప్ తీసుకురమ్మని స్ట్యూవర్డ్ కి పురమాయించాడు. సూప్ తీసుకోవడం మొదలు పెట్టాడో లేదో – పని దుస్తులలో ఉన్న డెక్ సరంగు కంగారుగా సెలూన్ లోకి ప్రవేశించాడు; అతని మొహంలో ఆందోళన. మొదటి టేబిల్ వద్దకు వెళ్లి కేప్టెన్ నీ, చీఫ్ ఆఫీసర్నీ ఉద్దేశించి,

"సాబ్! అప్నా ఆద్మీ లోగ్ టేన్కీ మే గిర్గయా (మన మనషులు ట్యాంక్ లో పడిపోయారు)." అన్నాడు.

కేప్టెన్, అతనికి అటూ ఇటూ కూర్చున్న చీఫ్ ఇంజినీరు, చీఫ్ ఆఫీసర్ ఒకరి ముఖాలు ఒకరు చూసుకున్నారు. పరిస్థితి అర్థమైపోయింది. తింటున్నది వదిలేసి ముగ్గురూ బయటకు ఉరికారు. మిగిలిన ఆఫీసర్లు వాళ్లను అనుసరించారు.

ఒకరి వెంట ఒకరు మెయిన్ డెక్ వైపుగా ఏలీవే (కారిడార్) లో వడివడిగా నడుస్తున్నారు.

"సబ్ కో డెక్ మే టర్న్-టూ కరో," అన్నాడు చీఫ్ ఆఫీసర్, సరంగుని ఉద్దేశించి.

"సబ్ లోగ్ ఉధర్ హీ హై సాబ్! (అంతా అక్కడే ఉన్నారు)"

"ఇంజిన్ క్రూ కో భీ బులావ్!" అన్నాడు చీఫ్ ఇంజినీరు లాహిరీ.

చీఫ్ ఆఫీసర్, సీనియర్ డెక్ కేడెట్ తో, "బ్రిడ్జ్ కి ఫోన్ చేసి, జనరల్ అలాం మ్రోగించమని సెకండ్ ఆఫీసర్ కి చెప్పు. ఇప్పుడే, అర్జెంట్!" అన్నాడు.

ఓడ అంతటా జనరల్ అలాం నిర్దయగా మ్రోగసాగింది. ఆ అవిరామ ప్రమాద ఘంటిక నేటి దుర్దినానికి సంకేతంలాగా మహేశ్ చెవులను సోకింది. అతని గుండె జోరుగా కొట్టుకోసాగింది. చెమటలు పట్టాయి. నోరు ఎండిపోయింది. 'రాజు ఎలా ఉన్నాడో?' ఇదే అతని ఆలోచన.

❖ ❖ ❖

రాజుతో బాటు ఉస్మాన్ అలీ అనే రత్నగిరికి చెందిన మరో మహారాష్ట్ర సీమేన్, వాళ్లిద్దరినీ రక్షించబోయి జారిపడిన గుజరాతీ కసాబు – కనుభాయ్ పటేల్ – మొత్తం ముగ్గురు ట్యాంక్ లో పడి ఉన్నారు. ఆ ముగ్గురూ మహేశ్ తో బాటు ఆ ఓడలో ఏడాది క్రిందట ఇరాన్ లోని అబదాన్ రేవులో జాయిన్ అయిన వాళ్లే. మొత్తం సిబ్బందిని – ఆఫీసర్లనీ, క్రూ సభ్యులనూ – మార్చినప్పుడు బొంబాయినుండి అంతా కలిసి విమానంలో టెహరాన్ వెళ్లి అక్కడి నుండి బస్సులో అబదాన్ చేరుకున్న బృందంలోని వాళ్లే. అందుచేత వారందరి మధ్యా ఒక సంఘీభావం ఉన్నది. నిజానికి వాళ్లంతా కూడా ఇక సెలవు మీద ఇంటికి వెళ్లిపోవాలని తహతహ పడుతున్నారు.

ట్యాంక్ లో పడిపోయిన ముగ్గురికీ స్పృహ తప్పి అరగంట అయిందని సరంగు చెప్పాడు. ఆక్సిజెన్ ఇరవై శాతంకన్నా తక్కువైతే ప్రాణం పోవడానికి పది నిమిషాలు చాలని అందరికీ తెలుసు.

"నసీబులో ఎలా రాసిపెట్టి ఉంటే అలా జరుగుతుంది," అన్నాడు సరంగు ఏడుపు ఆపుకుంటూ.

"ఇంకేముంది? అంతా అయిపోయింది. ఖల్లాస్," అన్నాడు అప్పుడే వచ్చిన థర్డ్ ఇంజినీరు. చీఫ్ ఇంజినీరు లాహిరీ అతడిని గుర్రుగా చూసి,

"నోర్మూసుకో! అయినా నువ్వు ఇక్కడికెందుకు వచ్చావ్? పోయి ఇంజిన్ రూములో ఉండు - నేను రమ్మనే దాకా. ఇంజిన్ లాగ్ బుక్ లో జరిగింది రాయాలి. డ్రాఫ్ట్ చెయ్యి, నేను చూస్తాను." అని గర్జించాడు. థర్డ్ ఇంజినీరు మొహం మాడ్చుకొని వెళ్లిపోయాడు. నెమ్మదస్తుడూ, అందరికీ గౌరవపాత్రుడూ అయిన చీఫ్ ఇంజినీరు ఈ విధంగా విరుచుకుపడడం మహేశ్ కి ఆశ్చర్యం కలిగించింది.

ఆఫీసర్ల మధ్య మామూలుగా ఉండే కనీస మర్యాదలూ, స్నేహపూర్వకమైన సంబోధనలూ అడుగంటిపోవడాన్ని మహేశ్ గమనించాడు. అంతటా ఉద్రిక్తత ఆవరించింది. టెంపర్లు రాజుకుంటున్నాయి. కేప్టెన్ తో సహా సీనియర్లందరి నోటా ఇంగ్లీషు, హిందీ, పంజాబీ బూతులు ధారాళంగా వెలువడుతున్నాయి.

సెకండ్ ఇంజినీరు మహేశ్ ని ఉద్దేశించి, "పాంచ్ సాబ్, ట్యాంక్ వెంటింగ్ ఫ్యాన్ స్టార్ట్ చెయ్యి, త్వరగా!" అని కేకపెట్టాడు.

అది స్టీం టర్బైన్ తో నడిచే ఫ్యాన్. దాన్ని స్టార్ట్ చెయ్యడమంటే కనీసం అరగంట తతంగం. మహేశ్ పంప్ రూమ్ వైపుగా పరుగుతీసాడు.

వెంటింగ్ ఫ్యాన్ ని నడిపే స్టీం టర్బైన్ ని నెమ్మదిగా ఆవిరితో వేడిచేస్తూ మహేశ్ అనుకున్నాడు – 'దీన్ని మొదటే ఎందుకు నడిపించలేదు? ట్యాంక్ లో ఆక్సిజెన్ శాతం ఎంత ఉన్నదో తెలుసుకోకుండా మనుష్యుల్ని ఎవరు వెళ్లనిచ్చారు?'

అయిదు నిమిషాలు కూడా కాలేదు. సెకెండ్ ఇంజినీరు పరుగెత్తుకుంటూ వచ్చి, "ఇంకా స్టార్టు చెయ్యలేదా?" అన్నాడు.

"అబ్బే! ఇంకో పావుగంటైనా పడుతుంది. టెంపరేచర్ బాగా పెరగాలి కదా,"

"ఆ, గాడిదగుడ్డు! ఎమెర్జెన్సీలో అవన్నీ చూడనక్కరలేదు. నువ్వు స్టార్ట్ చెయ్యి. నేను ఇంజిన్ రూమ్ కి ఫోన్ చేసి తీన్ సాబ్ కి చెబుతాను, బాయిలర్ ప్రెషర్ తగ్గకుండా చూడమని," అని కార్గో కంట్రోల్ రూమ్ కి పరుగెత్తాడు.

❖ ❖ ❖

తనతోబాటు ట్యాంక్ లోపలికి వెళ్లడానికి వాలంటీర్లు కావాలని కేప్టెన్ ప్రకటించగానే అక్కడున్న వాళ్లల్లో చాలామంది ఆఫీసర్లు, క్రూ సభ్యులూ చేతులెత్తారు. కేప్టెన్ ని 'మేమున్నాం కదా, మీరు వెళ్లవద్దని' వారించి, చీఫ్ ఆఫీసరు ముందుకొచ్చాడు.

చీఫ్ ఆఫీసరు, సీనియర్ కేడెట్ బక్షీ డ్రెస్ మార్చుకొని, వీపులకి గాలి సిలిండర్లు, మొహాలకు మాస్కులు, తలలకి హెల్మెట్లు తగిలించుకొని ట్యాంక్ లోకి ప్రవేశించేసరికి మరో ఇరవై నిమిషాలు గడచిపోయాయి. మరో పదిహేను నిమిషాలయ్యాక రొప్పుతూ ట్యాంక్ బయటకి, డెక్ మీదకి వచ్చారు. చీఫ్ ఇంజినీరు తన పోలరాయిడ్ కెమేరా తో ఫోటోలు తీస్తున్నాడు.

"గాలి సిలెండర్లు ఖాళీ అయిపోయాయి. హడావుడిగా పైకి వచ్చేశాం," అన్నాడు చీఫ్ ఆఫీసరు ఆయాసపడుతూ.

"ఎలా ఉన్నారు – ట్యాంక్ లో పడిపోయిన వాళ్లు?" కేప్టెన్ కంగారుగా అడిగాడు.

కాస్త ఊపిరి పీల్చుకున్నాక చీఫ్ ఆఫీసర్ వివరించాడు, "ఏమో – ఇప్పుడే చెప్పలేం. కిందంతా బురదగా, చిత్తడిగా ఉంది. కాలు జారి పడ్డాను. నిచ్చెనకు దగ్గరలో పడిపోయిన కసాబుకి లైఫ్ లైన్ హార్నెస్ తొడిగేందుకు నాలుగు సార్లు ప్రయత్నించాం. అయితే అది జారిపోతోంది. అతడ్ని కదిలించడానికి మాకు సాధ్యపడలేదు. చాలా బరువుగా ఉన్నాడు. నిచ్చెన మీదనుండి పడ్డాడు కదా, తలకు బాగా దెబ్బ తగిలింది, చాలా రక్తం పోయినట్టుంది,"

అందరి మనసుల్లోనూ ఒకటే ప్రశ్న – "ఎవరైనా ఇంకా బతికి ఉన్నారా?". కానీ ఏ ఒక్కరూ బయటకు అనలేకపోయారు.

సిలిండర్లను మార్చారు. మరో పది నిమిషాలు గడిచిపోయాయి. రెండోసారి థర్డ్ ఆఫీసరు, బక్షీ వెళ్లారు.

రెండోసారి కూడా ఒట్టి చేతులతోనే తిరిగివచ్చారు. అయితే ఈసారి వాళ్లకొక కొత్త ఆలోచన వచ్చింది. ఫోల్డింగ్ స్ట్రెచర్ ఉపయోగిస్తే మనుషుల్ని బయటకు తీయడం సులభం అవుతుందని వాళ్లకు తట్టింది. ఆ ఏర్పాట్లకు మరో పావుగంట పట్టింది. మరో అరగంటలో ముగ్గుర్నీ బయటకు – మెయిన్ డెక్ మీదకి తీసుకురాగలిగారు. సమయం నాలుగు దాటింది.

మూడు శవాల్నీ పక్క పక్కనే పేర్చారు. సరంగు బిగ్గరగా ఏడవసాగాడు. అతన్ని కౌగలించుకొని కేప్టెన్ కూడా ఏడుస్తున్నాడు. అక్కడున్నవాళ్లందరికీ దుఃఖం ముంచుకొచ్చింది.

"యే కైసే హువా?...టేన్కీ మే సిరఫ్ ఖానే కా తేల్ థా? (ఇది ఎలా జరిగింది? టాంకులలో తీసుకొచ్చింది కేవలం వంట నూనే కదా?)" అంటూ దుఃఖిస్తున్నాడు చీఫ్ ఆఫీసర్. నిజమే, బ్రెజిల్ నుండి బొంబాయికి సోయా ఆయిల్ తీసుకొచ్చారు. అది అక్కడ డిశ్చార్జ్ చేసి, ఖాళీ అయిన టాంకులతో మొజాంబిక్ బయిల్దేరారు – పెట్రోలియం ప్రోడక్ట్స్ లోడ్ చేసేందుకు.

మరి కాసేపట్లో ఇద్దరు గోవన్ స్ట్యువర్డ్ లు వచ్చి మృతులపై తెల్లటి దుప్పట్లు కప్పారు. మొహాలు మాత్రం కనిపిస్తున్నాయి. కళ్లు మూసుకుని నిద్రిస్తున్నట్లుగా ఉన్నారు – ప్రశాంతంగా, అన్నిటికీ అతీతంగా.

సూర్యాస్తమయం అవుతోంది. నడి సంద్రంలో ఓడ తన ప్రయాణాన్ని కొనసాగిస్తూనే ఉంది.

❖ ❖ ❖

ఆ రాత్రంతా క్రూ సభ్యులూ, కొంతమంది ఆఫీసర్లూ జాగరం చేశారు. హిందువులు భజనలు చేశారు. మహమ్మదీయులు ప్రార్థనలు జరిపారు.

రేవు చేరడానికి మరో వారం రోజులైనా పడుతుంది గనుక సముద్రయాన సాంప్రదాయం ప్రకారం ఆ ముగ్గుర్నీ జలసమాధి చెయ్యాలని కంపెనీతో సంప్రదించిన మీదట కేప్టెన్ నిర్ణయించాడు. ఆ ఏర్పాట్లలో భాగంగా శరీరాల్ని కేన్వాస్ గుడ్డలో పెట్టి కుట్టేసారు. కుట్టేముందు బరువైన పాత ఇనుప ముక్కల్ని లోపల ఉంచారు – తేలకుండా నీటిలోకి వెళ్లిపోయేందుకు. అప్పుడు క్రూలోని హిందువులు తమ నిరసన తెలియజేసారు. వాళ్ల తరపున డెక్ సరంగు ఖాన్, చీఫ్ ఆఫీసర్ కి విన్నవించుకున్నాడు –

"మాలీం సాబ్! కేన్వాసు గుడ్డలో శరీరాల్ని చుట్టి కుట్టేసారు కదా! వాళ్ల ఆత్మలు ఎలా బయట పడతాయని హిందువులు ఆందోళన చెందుతున్నారు. వాళ్ల సూచన ఏమంటే, కేన్వాస్ సంచులకి కనీసం రెండు అంగుళాల కన్నం ఉంచాలి."

చీఫ్ ఆఫీసర్ 'అలాగే చేద్దాంలే' అన్నాడు. క్రూ శాంతించారు. ముస్లింలు

అటువంటి అభ్యంతరాలేవీ చెప్పలేదు. హిందువులైన పటేల్, రాజుల శరీరాలకు చుట్టిన కేన్వాసు సంచులకు కన్నాలు పెట్టారు. ఆ రోజు మధ్యాహ్నం షిప్పుని ఆపుజేసారు. అఫీసర్లంతా యూనిఫాంలో ఉన్నారు. ఒక్కో శరీరం మీదా జాతీయ పతాకాన్ని కప్పి నీళ్లలోకి వదిలేముందు జెండాని పైకి లాగే విధంగా ఏర్పాటు చేశారు. అలా ఒక దాని వెంట ఒకటిగా మూడు శరీరాలూ నీళ్లల్లోకి వెళ్లిపోయాయి. రెండు హిందూ కేన్వాస్ సంచులనుండి గాలి బుడగలు ధారాళంగా వెలువడ్డాయి. ఆఫీసర్లు సెల్యూట్ చేశారు. హిందూ క్రూ దండాలు పెట్టుకున్నారు. ముస్లింలు అరచేతులు తెరిచి అల్లాను వేడుకున్నారు. బ్రిడ్జిపై డ్యూటీలో ఉన్న సెకెండ్ ఆఫీసరు ఓడ హారన్ ని సుదీర్ఘంగా మ్రోగించాడు. ఇంజిన్ ని స్టార్ట్ చెయ్యాల్సిందిగా ఇంజిన్ రూమ్ కి సందేశం వెళ్లింది. ప్రొపెల్లర్ తిరగసాగింది. ఓడ వెనుక భాగంలో నీళ్లు సుడులు తిరిగి నురగలు కక్కాయి. ఓడ భారంగా ముందుకి కదిలింది.

❖ ❖ ❖

మొజాంబిక్ లోని మపూటో పోర్టు చేరడానికి వారం రోజులు పట్టింది. ఆ వారం రోజులూ ఓడలో ఉన్నవారందరికీ మహా దుర్భరంగా గడిచాయి. "ఈ ఘోరం ఎలా జరిగింది?" ఇదే అందరి ఆలోచన; సంభాషణ.

"కార్గో ట్యాంక్ వెంటింగ్ ఫ్యాన్ ముందుగానే ఎందుకు స్టార్టు చెయ్యలేదు? ట్యాంక్ లో ఆక్సిజన్ శాతం ఎంత ఉన్నదో పరీక్షించకుండా మనుష్యుల్ని లోపలికి ఎందుకు పంపారు?" ఈ ప్రశ్నలతో సతమతమవుతున్న మహేశ్ – ఎవరిని అడగాలో తెలియక చివరికి బక్షీని అడిగాడు.

"ఏముందీ, అంతకుముందున్న కార్గో వంటనూనే కదా అని చీఫ్ ఆఫీసరు ఆ జాగ్రత్తల్ని పట్టించుకోలేదు," అని మరో వాక్యం చేర్చాడు బక్షీ – "ఇలా నేనన్నానని ఎవరితోనూ అనకు. పోర్టు చేరగానే ఎంక్వైరీ ఉంటుంది. వెంటింగ్ ఫ్యాన్ ముందే స్టార్టు చేసామని ఇంజిన్ లాగ్ బుక్ లో రాయమని చీఫ్ ఆఫీసర్ పట్టుబడుతున్నాడు. మీ బడా సాబ్ (చీఫ్ ఇంజినీరు) మాత్రం అందుకు ఒప్పుకోవడం లేదు."

మర్నాడు మపూటో చేరుతున్నామనగా మహేశ్ ని చీఫ్ ఆఫీసర్ తన కేబిన్ కి పిలిపించాడు. వెళ్లేసరికి అక్కడ సెకెండ్ ఇంజినీరు, బక్షీ కూడా ఉన్నారు.

"మహాటో చేరగానే చనిపోయిన క్రూ సభ్యుల సామాన్లను సేకరించి వారివారి ఇళ్లకు పంపేస్తాం. రాజు సామాన్లు సర్దినప్పుడు నువ్వు కూడా దగ్గర ఉండాలి. మీ ఊరివాడే కదా. నీతో బాటు బక్షీ, డెక్ సరంగూ ఉంటారు."

మహేశ్, అతని బాస్ అయిన సెకండ్ ఇంజినీరు వైపు చూసాడు, అనుమతి కోసం. బాస్ తల ఊపాడు.

తీరా రాజు కేబిన్ కి వెళ్లాకే తమకి అప్పజెప్పిన పని ఎంత దుఃఖభరితమో అర్థం అయింది. సీనియర్లు ఆ పనిని తమవంటి పిల్ల కాకులమీదకి నెట్టివేసి తప్పుకున్నారని కూడా బోధపడింది. బక్షీ మాత్రం, ఇదేదో రోజూ చేసే పనే అన్నట్లు ప్రవర్తిస్తున్నాడు; తన మొహం మీద ఏ భావమూ కనబడకుండా ఉండాలని తంటాలు పడుతున్నాడు. మహేశ్ అతడిని అనుకరించే ప్రయత్నంలో ఉన్నాడు. రాజు సామాన్లన్నింటినీ పోగుచేసి లిస్టు తయారు చేసే పని మొదలు పెట్టారు. రాజు కేబిన్ సహచరుడు అక్కడ ఉండలేక మరొకరి కేబిన్ కి మారిపోయాడు. రమ్మంటే రాలేనన్నాడు. డెక్ సరంగు, 'మిగతా ఇద్దరి సామాన్లూ సేకరిస్తున్నాం, మీరిద్దరూ రాజు కేబిన్ పని చూడండి' అన్నాడు.

టేబిల్ పై సొరుగులో పాస్ పోర్టు, సర్టిఫికేట్లు. ఒక కవర్లో రెండువందల డాలర్లు; అవికాక ఇండియన్ డబ్బు సుమారుగా మూడువేల రూపాయిలు. ఘంటసాల పాటల పుస్తకాలు. ఒక మౌత్ ఆర్గాన్.

"చూడు మహేశ్, ఇవేవో మీ భాషలో ఉన్నట్టున్నాయి."

రెండో సొరుగులో నాలుగు డిటెక్టివ్ నవలలు, రెండు శృంగార నవలలు. సంవత్సరం పాటు పేరుకుపోయిన ఉత్తరాల కట్టలు. రాజు పెళ్లి చేసుకోవాలనుకున్న అమ్మాయి ఫోటో – అమాయకంగా బ్లాక్ అండ్ వైట్ చిరునవ్వు చిందిస్తూ.

హాల్ టికెట్ నుండి చించినట్లు తెలుస్తోంది. అంతకు ముందొకసారి అతడు తనకు చూపించినదే.

అట్టడుగున ఉన్న సొరుగులో మూడు ప్లేబాయ్ మేగజీన్లు. "అబ్బో, మీ రాజు తక్కువవాడేం కాదు – అమాయకంగా కనబడతాడు గానీ," అని కన్ను గీటాడు బక్షీ. వాటిని విడిగా అట్టేపెడుతూ,

"వీటిని ఇంటికి పంపిస్తే ఏం బాగుంటుంది? ఇంట్లో వాళ్లు ఏమనుకుంటారు?

మనమే ఉంచేసుకుందాం," అన్నాడు.

మూడే మూడు సొరుగుల్లో రాజు ప్రైవేటు జీవితం మొత్తం బట్టబయలు అయిపోయింది. తాము రాజు ఏకాంతాన్ని భంగం చేస్తున్నట్లు, అతని ప్రైవెసీ మీద దొంగదాడి చేస్తున్నట్లు మహేశ్ కి అనిపించింది; అతను సిగ్గుతో ముడుచుకుపోయాడు.

ఒక పెద్ద సూట్ కేసు లోనూ, మరో చిన్న సంచిలోనూ మొత్తం సామాన్లు సర్దేసారు. సీలు వేసారు. డబ్బు ఉంచిన కవర్ని కూడా సీలు చేశారు. రెండు బ్యాగుల్నీ కామన్ రూమ్ లోకి మార్చారు. రాజు కేబిన్ ఖాళీ. మొన్న అతని శరీరం నీటి మూటగా జారిపోయింది. ఈరోజు అతను వెంట తెచ్చుకున్న కొద్దిపాటి సామాన్లను మూట కట్టారు. తమ మధ్య అతనొకడు ఉండేవాడనేది ఇప్పుడొక జ్ఞాపకం మాత్రమే; అదీ కొద్ది మందిలోనే, కొంత కాలం వరకే. మొన్నటి వరకూ రాజారాం అనే పేరుతో చెలామణీ అయిన వ్యక్తి ఇపుడు ప్రమాదాల గణాంకాలలో చేరిపోయిన ప్రాణంలేని ఒక సంఖ్య.

క్యాష్ ఉన్న కవరు పైనా, వస్తువుల జాబితాపైనా సాక్షి సంతకాలు పెట్టి చీఫ్ ఆఫీసరుకి అందజేశారు.

❖ ❖ ❖

మర్నాడు బీరు తాగడానికని మహేశ్ కేబిన్ కి వచ్చిన బక్షీ మామూలుగా తాగే ఒక గ్లాసుకన్నా మరొకటి ఎక్కువగా తాగాడు. ఎప్పుడూ హుషారుగా ఉండేవాడు ఆనాడు దిగులుగా ఉన్నట్లు కనిపించాడు. 'ఏమీ పట్టనట్టు ఉంటాడుగానీ వీడిని కూడా ఈ ఏక్సిడెంటు దెబ్బ తీసింది' అనుకున్నాడు మహేశ్. గ్లాసు కింద పెట్టి, బక్షీ అన్నాడు –

"నువ్వు ఎవరితోనూ అనకు. కేప్టెన్ కి కంపెనీ నుంచి ఒక రేడియో మెసేజి వచ్చింది. దాని సారాంశం ఏమిటంటే – 'ఏక్సిడెంటు విషయం తెలిసి విచారిస్తున్నాం. చనిపోయిన వారి కుటుంబాలకు తెలియపరిచాం. మపూటోలో జరగబోయే విచారణ మూలంగా ఎటువంటి జాప్యం జరగకుండా మేనేజ్ చెయ్యండి. లోడింగ్ సత్వరంగా పూర్తిచేసుకొని రెండో రోజుకల్లా బొంబాయి తిరుగు ప్రయాణం కట్టండి'. ఇంకో విషయం తెలిసింది. బొంబాయి చేరగానే చీఫ్ ఆఫీసర్ని ఇంటికి పంపించేస్తారు,"

"అంటే?"

"అంటే అతగాడి ఉద్యోగం ఊడినట్టే. సర్టిఫికేటు పోగొట్టుకున్నా ఆశ్చర్యం లేదు,"

"మరో సంగతి. వెంటింగ్ ఫ్యాన్ స్టార్టు చేసిన టైం విషయమై కెప్టెనూ, చీఫ్ ఇంజినీరూ ఘర్షణ పడుతున్నారు. ఎంక్వైరీ కమిటీకి మొత్తం చెప్పేస్తానని బడా సాబ్ బెదిరిస్తున్నాడు. తను తీసిన ఫోటోలు కూడా పెట్టి రిపోర్టు తయారుచేసాట్ట. రిపోర్టును అధికారులకు అందజేసినా ఆశ్చర్యపడనక్కరలేదు. ముక్కుకి సూటిగా పోయే రకం; మహా మొండిఘటం. అదే జరిగితే కేప్టెన్ ఉద్యోగం కూడా ఊడుతుంది. ఏమవుతుందో చూడాలి."

బొంబాయి రేవు చేరుకోగానే రెండు నెలలుగా హెడాఫీసులో పేరుకుపోయిన ఉత్తరాలు కట్టలు కట్టలుగా వచ్చాయి. అందరిలోనూ మళ్లీ ఉత్సాహపు ఛాయలు కనబడ్డాయి. తీరం వెంబడే మరో వోయేజ్ (సముద్ర యానం) చేసాక సెలవు మంజూరు అయిన వాళ్లు ఇళ్లకు వెళ్లిపోవచ్చని కబురు వచ్చింది.

అయితే ఎవరూ ఊహించని మార్పు ఒకటి సంభవించింది. కంపెనీ యాజమాన్యం చీఫ్ ఆఫీసర్ ని గానీ, కేప్టెన్ ని గానీ ఇంటికి పంపించలేదు; చీఫ్ ఇంజినీరు లాహిరీ ని ఉద్యోగం నుండి తొలగించారు.

## 2

ఆ సంఘటన జరిగిన పదిహేనేళ్లకి కాబోలు – చీఫ్ ఇంజినీర్ సర్టిఫికేట్ అప్ గ్రేడ్ ట్రైనింగ్ కని మహేశ్ కలకత్తా వెళ్లినప్పుడు తన మొదటి షిప్పులోని చీఫ్ ఇంజినీరు లాహిరీ అకాడెమీలో ప్రొఫెసర్ గా కనిపించాడు. జుత్తు బాగా నెరిసిందిగానీ ఫిట్ గా ఉన్నాడు. మహేశ్ ని ట్రైనింగ్ ఆఖరి రోజున వాళ్లింటికి డిన్నర్ కి పిలిచాడు. చీఫ్ ఇంజినీర్ భార్య మిసెస్ రీమా లాహిరీ, వారి తనయుడు నయన్ రంజన్ కూడా మహేశ్ కి షిప్పులో ఉండగా పరిచయమే. ఆమెను అందరూ రీమాదీ అని పిల్చేవారు. అందరితోనూ కలుపుగోరుగా ఉండేది; రబీంద్ర సంగీత్ బాగా పాడేది. నయన్ కి మహేశ్ చదరంగం నేర్పాడు.

ఆ సాయింత్రం పూట వైన్ బాటిల్ ఒకటి తీసుకొని ఆలీపూర్ లో ఉన్న లాహిరీ వాళ్ల ఫ్లాట్ కి టాక్సీలో వెళుతూంటే రీమాదీకి సంబంధించిన ఒక సంఘటన

గుర్తుకొచ్చి మహేశ్ కి నవ్వు తెప్పించింది. ఆఫీసర్లు, క్రూ కలిసికట్టుగా జరుపుకున్న దివాలీ పార్టీ నాడు రీమా 'పురానో సెయి, దినేర్ కొథా...' అనే రబీంద్ర సంగీత్ మధురంగా పాడింది. మహేశ్ పట్టుబట్టి రాజు చేత తెలుగు పాటలు పాడించాడు. అతడు 'నా హృదయంలో నిదురించే చెలీ...' అని పాడగానే,

"అరె! ఇది మా బెంగాలీ పాట! 'అమార్ స్వప్నే దేఖా రాజకన్యా థాకే...', 'సాగరిక' అనే ఉత్తమ్ కుమార్ సినీమాలోది. శ్యామల్ మిత్రో పాడాడు." అనేసింది రీమా.

మహేశ్ కి చిర్రెత్తుకొచ్చింది. "ఇది పదహారణాల తెలుగు పాట. సందేహం లేదు. శ్రీశ్రీ రాశాడు. ఘంటసాల పాడాడు" అన్నాడు. రాజు కూడా వంత పాడాడు – "అవును మేడం, అది నాగేశ్వర రావు సినీమాలో పాట" అంటూ.

వెంటనే ఆమె ఆ బెంగాలీ పాటను పాడి వినిపించింది. మహేశ్ అవాక్కయిపోయాడు. నమ్మకద్రోహం జరిగినట్టుగా అనిపించింది. చిన్నతనంలో గాంధీగారు తెలుగువాడు కానే కాదనీ, ఆయనెప్పుడూ తెలుగులో మాట్లాడలేదనీ తెలుసుకున్నప్పుడు ఎంత క్షోభకి గురయ్యాడో, మళ్లీ అంతగా బాధపడ్డాడు.

మహేశ్ టాక్సీ దిగాడు. జాగ్రత్తగా పెంచి పోషించిన గడ్డి తివాసీల మధ్య విరిసిన పూలమొక్కల నడుమ కాలపు కోరలకు చిక్కకుండా నిబ్బరంగా నిలుచున్న అలనాటి భవంతులతో నిండిన వీధి అది. ఆ సాయంత్రం పూట – అస్తమిస్తూన్న సూర్యుని పచ్చని బంగారు కిరణాలను భవనాల అద్దాలు, చెట్ల వెనుకనుండి ప్రతిఫలిస్తున్నవి. చిన్నగా చలి, పల్చటి పొగమంచు. అంతటా గుబురుగా చెట్లు; గూళ్లకు తిరిగి చేరుకుంటూన్న పక్షుల కలకలధ్వనులు. పాత కలకత్తా నగరం తన సొగసుని ఎవరి కంటా పడకుండా దాచుకుంటోంది ఈ కాలనీలో. కొత్త డబ్బుతో నిర్మించే ఆధునిక కట్టడాలలోని జాణతనం అక్కడ కానరాదు.

పాతకాలపు కటకటాల లిఫ్టు ఎక్కి మూడో అంతస్తులో ఉన్న లాహిరీ ఇంటి ముంగిటకి చేరుకున్నాడు. పిలిచే గంటను నొక్కాడు. లోపల ఎవరో హార్మోనియం వాయిస్తూ సంగీత సాధన చేస్తున్నారు. లాల్చీ, షరాయిలో ఉన్న లాహిరీ తలుపు తీశాడు. ఆప్యాయంగా పలకరించి కౌగలించుకున్నాడు. డ్రాయింగ్ రూములో రీమా హార్మోనియం వాయిస్తూ పిల్లలకు సంగీత పాఠాలు నేర్పుతోంది. గోడకి

పెద్ద సైజు టాగోర్ ఆయిల్ పెయింటింగ్. రీమాలో వయోభారం ప్రస్ఫుటంగా కనిపిస్తోంది; చురుకుదనం తగ్గింది. మహేశ్ ని చూడగానే లేచివచ్చి, ఆత్మీయంగా కరస్పర్శ చేసి, భుజాన్ని తాకుతూ పలకరించింది –

"ఎలా ఉన్నావు మహేశ్? నిన్ను చూసి ఎంతో కాలం అయిపోయింది. పెద్దవాడివి అయిపోయావు. చీఫ్ ఇంజినీర్ వి అయ్యావట కదా? కంగ్రాచ్యులేషన్స్! మీరు మాట్లాడుతూ ఉండండి, అయిదు నిమిషాలలో ఈ పిల్లల్ని పంపించి వచ్చేస్తాను,"

"పద, మనం లోపలికి వెళ్దాం," అని లివింగ్ రూమ్ వైపుకి దారితీశాడు లాహిరీ. తను తెచ్చిన వైన్ సీసాని అతనికి అందజేశాడు మహేశ్.

"ఇవన్నీ ఎందుకు మన మధ్య?" అంటూనే సీసాని పరికించి, "రీమాకి ఈ రెడ్ వైన్ నచ్చుతుంది," అని స్వీకరించాడు. వైన్ లాకర్ లోపల్నించి తీసిన స్కాచ్ బాటిల్ ఓపెన్ చేసి ఇద్దరికీ పోశాడు; తన భార్య కోసం వైన్ గ్లాసులో మహేశ్ తెచ్చిన వైన్.

రీమాదీ ని ఉద్దేశించి, "మీ మహేశ్ భాయ్ నీ కోసం రెడ్ వైన్ తీసుకొచ్చాడు," అన్నాడు లాహిరీ, బెంగాలీలో.

ఆమె ఒక సిప్ తాగి, "నేను కొంచెం వంట సంగతి చూడాలి...మహేశ్, నువ్వు చేపలు తింటావు కదా?"

"బెంగాలీ వాళ్ల ఇంటికి భోజనానికి వచ్చి చేపలు తిననంటే ఎలా కుదురుతుంది, దీదీ?"

ముగ్గురూ నవ్వుకున్నారు. వంటింట్లోంచి ఆవనూనె వాసన ఘాటుగా వస్తోంది.

మరి కాసేపట్లో వారిద్దరి సంభాషణ వారు పని చేసిన ఓడలోని సహోద్యోగుల వైపు, అలనాటి దుర్ఘటన వైపు మళ్లింది.

లాహిరీని ఉద్యోగం నుండి తొలగించాక ఏం జరిగిందో అనే కుతూహలం మహేశ్ లో ఉన్నది. ఆయనే చెప్పుకొచ్చాడు.

"కొన్నాళ్లు ఇంటిపట్టునే ఉన్నాను. నా రిపోర్టు కాపీలను కొంతమందికి పంపించాను. ఎటువంటి స్పందనా రాలేదు. ఒక స్నేహితుడి సహకారంతో

మంచి యూరోపియన్ షిప్పింగ్ కంపెనీలో ఉద్యోగం దొరికింది – చీఫ్ ఇంజినీరుగానే. జీతం ఐదు రెట్లు పెరిగింది; అది కూడా డాలర్లలో. ఇన్కంటాక్స్ లేదు. పదేళ్లపాటు అక్కడే పని చేసాను. తంతే బూరెల గంపలో పడ్డట్టు అయింది నా పని. అలా గడించిన డబ్బుతోనే ఈ ఫ్లాట్ కొన్నాను. అయితే అంతకన్నా ముఖ్యమైన విషయం ఒకటి ఉంది. జర్మన్లతో పని చెయ్యడం వల్ల ఒక ప్రొఫెషనలిజం అలవడింది. ముఖ్యంగా సేఫ్టీ (భద్రత) విషయంలో. చెప్పడానికి చాలా వివరాలూ, సంఘటనలూ ఉన్నాయి గానీ, మనకీ వాళ్లకీ మధ్య ఉన్న ప్రధానమైన తేడాల గురించి చెబుతాను. అ దేశాల వారిది సమస్యలకు ఎదురువెళ్లి వాటిని సమూలంగా పరిష్కరించే మనస్తత్వం; మనది పూర్తి స్థాయి వినాశనం అయ్యేవరకూ ఏమీ జరగనట్లు నటించే తత్వం. అందుకే వాళ్లు సమస్యలనుండి నేర్చుకుంటూ ముందుకి సాగుతారు; మనం చేసిన తప్పులే మళ్లీమళ్లీ చేస్తూంటాం,"

"మీరు చెప్పిన దాంట్లో నిజం ఉంది."

"బంగ్లాదేశ్, బీహార్ నదీ జలాల్లో ఇప్పటికీ జరిగే పడవ ప్రమాదాలను చూడు. అదే టైటానిక్ విషయంలో ఏమి జరిగిందో మనందరికీ తెలుసు. లైఫ్ బోటు కెపాసిటీ దగ్గరనుండీ, రేడియో కమ్యూనికేషన్ వరకూ సమూలమైన మార్పులు, చట్టాలు వచ్చాయి. నిజానికి టైటానిక్ కన్నా కూడా ఎక్కువ ప్రాణ నష్టం కలిగించిన ప్రమాదాలు ఆఫ్రికా తీరంలోనూ, ఫిలిప్పైన్స్ లోనూ జరిగాయి. వాటిని పట్టించుకొనే నాధులు లేరు. కొన్ని దేశాల్లో ప్రాణాలకు విలువలేదనే మాట నిజం అనిపిస్తుంది ఒక్కోసారి",

"మరీ అంత నిరాశపడనక్కరలేదు సార్! ప్రపంచవ్యాప్తంగా భద్రతా వ్యవస్థల్లో మార్పులు వచ్చాయి కదా?"

"నిజమే. అయితే అవి ప్రధానంగా ఎగువ నుండి రుద్దబడినవి. మన మనుష్యుల లోపల్నించి వచ్చినవి కాదు. లోపం మన చదువుల్లోనో, పెంపకంలోనో, లేక 'అంతా రాసిపెట్టినట్టే జరుగుతుంది, మనం నిమిత్త మాత్రులం' అనే విశ్వాసంలోనో, మన వనరుల కొరతలోనో – ఎక్కడో ఉంది. మూలాలకి వెళ్లాలి. అందుకే ఎకాడెమీలో చేరాను. ఈ అంశాలపై కొన్ని పరిశోధనలు, ప్రాజెక్టులు మొదలుపెట్టాను. నా కెరీర్ చివరి దశలోనైనా ఈ దిశలో పని చెయ్యగలనేమో అని,"

"ఇప్పటివరకూ ఏం తెలుసుకున్నారు?"

"ముఖ్యంగా రెండు విషయాలు తెలిసాయి. మన మేనేజర్లు, ఇంజినీర్లు ఏకాకి వ్యక్తులుగా, కెరీరిస్టులుగా, యాజమాన్యం చేతుల్లో కీలుబొమ్మలుగా చాలా తొందరగా మారిపోతారు. వృత్తి బాధ్యతలలో పాటించాల్సిన విచక్షణని గాలికొదిలేస్తారు."

నాలుగు డబ్బులు కనబడగానే అంతా తమ ప్రయోజకత్వం అని విర్రవీగే వాళ్లు చాలామంది తెలుసు మహేశ్ కి.

"...ఇక రెండోది – పుస్తకాల్లో, ట్రైనింగులో నేర్చుకొనేది వేరు, నిజ జీవితంలో, పనిలో అమలు చేసేది వేరు అనే ద్వంద్వ భావం మన వాళ్లల్లో చిన్నతనంలోనే ఏర్పడిపోతుంది. సిద్ధాంతం, ఆచరణా రెండూ కూడా ఒకే గొలుసులోని లింకులుగా ఉండాలనే ఆలోచన తక్కువ".

మహేశ్ కి చిన్నప్పుడు స్కూల్లో 'మా బడి', 'మా ఇల్లు' అనే పాఠాలు, వాటికి వేసిన అందమైన బొమ్మలు – అందుకు పూర్తిగా విరుద్ధంగా ఉండిన అతని బడి, ఇల్లు గుర్తుకొచ్చాయి. పుస్తకం వేరు, వాస్తవం వేరు అనే గ్రహింపు అతనికి అప్పుడే ఏర్పడిపోయింది – అందరిలాగే.

"మరి దీనికి పరిష్కారం?"

"ఒక స్థాయికి ఎదిగాక పనితనం, పరిజ్ఞానం సరిపోవు. సాటి మనుషుల పట్ల గౌరవం, చేసే పని అంటే స్వాభిమానం ఉండాలి. ఎక్కడున్నా, ఏం చేసినా మనం సమాజంలో భాగం అనే ఎరుక ఉండాలి. మీ సంగతి నాకు తెలియదుగానీ, ఈ విషయంలో మా బెంగాలీలకు సాహిత్యం, సంగీతం – వీటి ద్వారా సమాజంతో సంబంధాలు కొనసాగేందుకు మాత్రం కొన్ని వెసులుబాట్లు ఉన్నాయి. అలాగని మావాళ్లంతా సాంస్కృతిక సైనికులని అనను,"

"నాకర్థం కాలేదు,"

"ఉదాహరణకి – రబీంద్ర సంగీత్, నజ్రుల్ గీత్ తెలియని బెంగాలీలు ఉంటారని అనుకోను. కనీసం స్కూలు వరకూ చదువుకున్న వాళ్లకయితే బంకిం, శరత్, టాగోర్, బిభూతి భూషణ్, సత్యజిత్ రే, ఇంకా ఇతరుల రచనలతో తప్పకుండా పరిచయం ఉంటుంది. చిన్నప్పుడే ఈ అభిరుచి, ప్రవేశం ఏర్పడితే అవి జీవితాంతం కొనసాగుతాయి. మనుష్యుల పట్ల సున్నితత్వానికీ, సమాజంతో

సంబంధాలు కొనసాగించడానికీ ఇవి బాగా ఉపయోగపడతాయి. పైగా మా వాళ్లు కొంచెం అవేశపరులు; అనుబంధాలు కూడా ఎలాగూ ఎక్కువే,"

"మా వాళ్లుకూడా అవేశపరులే గాని మా అనుబంధమంతా సినిమాలతోనే లెండి. భాష, సాహిత్యం, సంగీతం – స్వయంగా నిలదొక్కుకొనే అవకాశం మాకు చాలా తక్కువ. రేడియో ప్రభావం ఉన్నంతకాలం కొంత ఉండేది,"

వంటింట్లోంచి బయట పడ్డ రీమా, చేతులు తుడుచుకుంటూ అందుకుంది, "అవును కదా? అందుకే మీ రాష్ట్రాలలో అయితే సినీమా నటులు ఏకంగా ముఖ్యమంత్రులు కూడా అయిపోతారు!"

ముగ్గురూ మరోసారి నవ్వుకున్నారు.

"మీ అబ్బాయి నయన్ ఎలా ఉన్నాడు? నాన్నలాగే షిప్పులో ఇంజినీర్ ని అవుతాననే వాడు, చిన్నప్పుడు," నయన్ రంజన్ అని లాహిరీ దంపతుల ఏకైక పుత్రుడు. మహేశ్ తో బాటు ఓడలో ఉన్నప్పుడు అతడి వయస్సు ఎనిమిదేళ్లు.

"వాడికేం, బాగానే ఉన్నాడు. మెకానికల్ ఇంజినీరింగ్ పూర్తిచేశాడు; షిప్పులో జాయిన్ అవుదామనే అనుకున్నాడు మొదట్లో. కానీ కుదరలేదు. సాఫ్ట్ వేర్ లో చేరాడు. ' ఈరోజు క్లయంట్ తో టెలీ కాన్ఫరెన్స్ ఉంది, ఆలస్యంగా వస్తాను' అన్నాడు"

"మనం తినేద్దాం. వాడికోసం చూడొద్దు" అంది రీమా, వంటింట్లోకి వెళుతూ.

"అతనికి షిప్పులో పనిచెయ్యాలని ఇంకా ఆసక్తి ఉంటే చెప్పండి, మా కంపెనీలో ట్రెయినీగా చేర్పించే ఏర్పాటు చేస్తాను"

"ఇప్పుడా టాపిక్ వద్దులే" అనేసాడు లాహిరీ, గొంతు తగ్గించి – రీమాకి వినిపించకుండా.

మహేశ్ ఏదో అనబోతూంటే సౌంజ్ఞ చేసి వారించాడు.

భోజనాలయ్యాక రీమాని పాట పాడమని అడిగాడు మహేశ్. ఆమె హార్మోనియం తీసుకొచ్చి 'జఖోన్ పోర్బెన మార్ పాయేర్ చిహ్నో ఎయ్ బాటే... (ఇక పడబోవు నా పాద చిహ్నాలు ఈ బాటపై...)' అనే రబీంద్ర సంగీత్ పాటని హృద్యంగా పాడింది. పాట మధ్యలో లాహిరీ లేచి వెళ్లి ఆమె పక్కనే కూర్చున్నాడు. ఆమె భుజం చుట్టూ తన చేతిని ఉంచాడు – మృదువుగా.

ఈ పాటకూడా మహేశ్ కి బాగా తెలుసు. ఇష్టం కూడా. ముఖ్యంగా చివరి చరణాలు –

'మళ్లీ ఆ ప్రభాత వేళల్లో నీ చెంతనే నేను ఉండనని ఎవరన్నారు?

నన్ను మరో పేరుతో పిలుస్తావు, అంతే.

మరోసారి మనం ఈ దారుల్లోనే సంచరిస్తాం,

చిన్ననాటి ఆటలు ఆడుకుంటాం..........

ఇప్పుడు మాత్రం నన్ను గుర్తు చేసుకోకు, ప్రియతమా –

అదిగో, ఆ సుదూర నక్షత్రాలనుండి వెనుతిరిగి రమ్మని నను పిలువబోకు'

మహేశ్ బయిల్దేరాడు.

"టాక్సీ స్టాండుదాకా దింపి వస్తాను," అన్నాడు లాహిరీ తన భార్యతో.

"కారు తియ్యకు. అసలే తాగి ఉన్నావు,"

"అబ్బా!... నాకు చెప్పాలా? నడిచే వెళతాంలే,"

"మహేశ్, మళ్లీ వచ్చినప్పుడు నీ భార్యనీ, పిల్లల్నీ తీసుకురావాలి. ఒక్కడూ రావడం కాదు. ప్రామిస్," అని మహేశ్ చేతిని తన చేతిలోకి తీసుకుంది రీమా. లిఫ్టు వరకూ వచ్చి, భర్తకి శాలువ అందజేసి, మహేశ్ కి వీడ్కోలు చెప్పింది.

లిఫ్టు దిగుతూంటే ఒక యువకుడు ఎదురయ్యాడు. అతడు క్రచెస్ సహాయంతో నడుస్తున్నాడు. కుడి కాలు మోకాలు వరకే ఉంది.  లాహిరీ అతన్ని, "ఇదుగో వీడే మా సుపుత్రుడు, నయన్" అని పరిచయం చేసాడు.

"నయన్, ఈయనే మహేశ్. గుర్తున్నాడా? నీకు చాకలెట్లు తెచ్చిస్తుండేవాడు; నీకు చెస్ నేర్పించాడు,"

నయన్ కరస్పర్శ చేసి, "ఐ ఆమ్ వెరీ సారీ, అంకుల్! మీరు వస్తున్నట్టు అమ్మ చెప్పింది. మీరు బాగా గుర్తున్నారు. మన ఇద్దరికీ నాన్నగారు తీసిన ఫోటోలు మావద్ద భద్రంగా ఉన్నాయి. మీరు నేర్పిన చెస్ నాకు పాషన్ అయిపోయింది. యూనివర్సిటీ ఛాంపియన్ ని కూడా అయ్యాను, నాన్నగారు చెప్పారో లేదో. మీరు మళ్లీ వచ్చినప్పుడు తప్పకుండా కలుద్దాం," అంటూ లిఫ్టు ఎక్కాడు.

"మహేశ్ తో డిన్నర్ మిస్సయ్యావు, నయన్! అమ్మ నీకోసం ఎదురు చూస్తోంది. వెళ్లి భోజనం చెయ్యి."

ఇద్దరూ టాక్సీ స్టాండు వైపు నడుస్తున్నారు. చలిగా ఉంది. రాత్రి పదకొండు అవుతోంది. లాహిరీ శాలువ కప్పుకున్నాడు. 'స్వెట్టర్ తెచ్చుకోవాల్సింది' అనుకుంటూ మహేశ్ పేంటు జేబుల్లో చేతులు పెట్టుకున్నాడు.

"నయన్ కి ఏమైంది?" అడక్కుండా ఉండలేకపోయాడు.

"ఫైనల్ ఇయర్లో ఉండగా స్కూటర్ మీద వెళుతూ ఉంటే రోడ్డు ప్రమాదం జరిగింది. హెల్మెట్ ఉంది గనక బతికిపోయాడు. నాలాగే మావాడు కూడా చాలా జాగ్రత్తగా ఉంటాడు – భద్రత విషయంలో."

ఏమనాలో తెలియలేదు మహేశ్ కి.

"రెండు వారాలు కోమాలో ఉన్నాడు. మా ఇద్దరికీ నరకం. 'నొసటి వ్రాత' అని సమాధాన పరచుకోలేకపోయాం. రీమా ఒక స్వచ్ఛంద సేవా సంస్థలో చేరి రోడ్డు ప్రమాదాల నివారణ కోసం చాలా పనిచేస్తోంది,"

మహేశ్ టాక్సీ ఎక్కాడు.

లాహిరీ, "చాలా ఏళ్లు ఆర్థిక భద్రత కోసం ఖర్చయిపోయాక మనుషుల భద్రత అన్నిటికన్నా ముఖ్యం అని మాకు తెలిసివచ్చింది. మిగిలిన కొద్ది సంవత్సరాలలోనైనా నలుగురికీ ఉపయోగపడే పని ఏదైనా చెయ్యాలి - ఇదే మా ప్రయత్నం" అని చెయ్యూపాడు.

లాహిరీ కనులవెంట నీళ్లు తిరగడం వీధి దీపాల వెలుగులో మహేశ్ గమనించాడు. టాక్సీ ముందుకి ఉరికింది.

*గమనిక: ఇది నలభై అయిదేళ్ల క్రితం జరిగిన సంఘటన ఆధారంగా వ్రాసిన కథ. అయితే కాలక్రమంలో ఓడలలో భద్రతా ప్రమాణాలు, సాధనాలు ప్రపంచవ్యాప్తంగా మెరుగుపడ్డాయి. ఇందుకు ప్రధాన కారణాలు అవగాహన, చైతన్యం, శిక్షణ; కొన్ని సంస్థలూ, కొందరు వ్యక్తులూ చేసిన అపారమైన కృషి. ఫలితంగా ఈ కథలో చెప్పిన దుర్ఘటనలు జరిగే అవకాశాలు బాగా తగ్గిపోయాయి.*

['సారంగ' అంతర్జాల పత్రిక 01 నవంబరు 2018నాటి సంచికలో మొదట ప్రచురింపబడింది]

# చలిచీమల కవాతు

మాధవన్. అతడొక విద్యార్థి నాయకుడు. తన ముఖ్య అనుచరులతో సునీతారెడ్డి ఫ్లాట్ లో కూడి, ఆనాటి కీలక సమావేశాన్ని నిర్వహిస్తున్నాడు. దట్టంగా పెరిగిన గెడ్డాన్ని నిమురుకుంటూ, సిగరెట్టు మీద సిగరెట్టు కాలుస్తూ కళ్లజోడుని నెత్తి మీదికీ, ముక్కు మీదికీ మారుస్తూ విద్యార్థి సంఘం తలపెట్టిన సమ్మెకు తుది సన్నాహాలు చేస్తున్నాడు; అనుచరులకు ఆదేశాలు జారీ చేస్తున్నాడు. మధ్యమధ్యలో జోకులు పేలుస్తూ, అక్కడ పేరుకున్న ఉద్రిక్తతని సడలింపజేస్తూ అందర్నీఒకే త్రాటిన నడిపిస్తున్నాడు. ఎవరైనా సందేహాలు వ్యక్తం చేస్తే మాత్రం బలంగా, నిర్ద్వంద్వంగా, బల్లగుద్ది మరీ తన అభిప్రాయాలను తెలియజేస్తున్నాడు.

ఇదే మాధవన్ పరిచయం అయిన కొత్తలో – అంటే రెండు మూడేళ్ల క్రితం అయితే – సునీత అతనివంక ఆరాధనా భావంతో చూస్తూ పరిసరాలను మరచిపోయేది. ఆ అమాయకపు తొలి రోజుల్లో ఆమె కళ్లకు అతడు చే గువేరాలా కనిపించేవాడు. ఇప్పుడు అతని బయటి, లోపలి స్వభావాలు విడివిడిగా కనిపిస్తున్నాయి. ఎవరైనా అంతేనేమో?

మాధవన్ వెంట ఉండేవాళ్లకు విప్లవం కనుచూపు మేరలో ఉందనే ఆశ, భ్రాంతి కలుగుతాయి. సునీత ఒక్కర్తే కాదు, చాలామంది ఈ మాట అంటారు. ఫైజ్, గాలిబ్, బోదిలైర్, డిలాన్ థామస్, సార్త్ర్, నెరూడా... వీళ్లందరినీ అలవోకగా

కోట్ చేస్తూ సంభాషణలను ఉన్మత్త ఉద్రేకంతో నింపుతాడు. 1968నాటి పారిస్ విద్యార్థుల తిరుగుబాటు ఏ క్షణాన్నయినా తమ యూనివర్సిటీలో మొదలు కాబోతున్నది అనే భావన కలిగిస్తాడు. ఈ మధ్య అతను తరచూ ఉదహరిస్తున్న ఆనాటి స్లోగన్ – 'ప్రొఫెసర్లూ, మీరు ముసలాళ్లైపోయారు!'

అతనికి ఎదురుగా ఉన్న ఏష్ ట్రే నిండి పోయింది. అతని పక్కన కూర్చున్న పూజా శర్మ లేచి దాన్ని ఖాళీ చేసి తీసుకొచ్చింది. హ్యాండ్ బ్యాగ్ తెరిచి తను కూడా ఒక సిగరెట్టు తీసి వెలిగించింది.

మాధవన్ పూజా కేసి తిరిగి,

"చెక్ లిస్టు తియ్యి. ఫైనల్ గా మరోసారి చూసుకుందాం," అన్నాడు.

"ఆల్ రైట్," అని పూజా తన సిగరెట్టుని ఏష్ ట్రే కి ఆనించి టేబిల్ మీద ఉన్న కాగితాన్ని తీసి,

"మాధవ్, నువ్వు టిక్కులు పెడుతూండు," అని చదవనారంభించింది. ఆమె మాధవన్ ని 'మాధవ్' అని ఎందుకు పిలుస్తుందా అని సునీతకి ఇరిటేషన్, చిరాకు.

"సమ్మె నోటీసు, బ్యానర్స్, జెండాలు, ప్లకార్డ్స్, వాలంటీర్ల జాబితా, వాళ్ల ఫోన్ నెంబర్లు, ఈ-మెయిల్ ఐడీలు, మన లోకల్ కాంటాక్టుల ఫోన్ నెంబర్లు, గేట్ వద్ద మంచి నీళ్లు, భోజనం, కాఫీ, టిఫిన్ ఏర్పాట్లు, నిరాహార దీక్షకి కూర్చొనే వాలంటీర్లు, ఫస్ట్ ఎయిడ్ కిట్లు, విరాళాల స్టేటస్, కాష్ బాలెన్స్, ప్రెస్ నోట్..."

మాధవన్ సునీత వైపు చూస్తూ,

"ప్రెస్ నోట్ ని తెలుగులోకి అనువదిస్తానన్నావు, పూర్తయిందా?" అన్నాడు.

సునీత నోరు విప్పేలోగా పూజా –

"నాకు ఈ-మెయిల్ చేసింది," అంది.

"ఓకే, గుడ్. అంతా సిద్ధంగా ఉంది. సమ్మె నోటీసు మీద ఆఫీసు బేరర్ల సంతకాలు తీసుకో, పూజా. రేపు పొద్దున్నే వెళ్లి మేనేజిమెంటుకి అందజేస్తాం. అంతవరకూ ఈ విషయం బయటకి పొక్కకూడదు," అంటూ లేచాడు, మాధవన్.

ఇప్పుడైనా తనని మనసారా పలకరిస్తాడేమోనని ఆశ పడింది సునీత. రెండు రోజుల నుండీ ఫ్లాట్ కి రాకుండా బయటే తిరుగుతున్నాడు.

ఆమె ఆశించినట్లుగానే,

"హాయ్, సునీతా! మీటింగులో ఒక్క ముక్క కూడా మాట్లాడలేదు? టెన్స్ గా ఉన్నావు. ఇవన్నీ నీకు కొత్త, అవునా? మరేమీ భయం లేదు. జయం మనదే. స్ట్రైకు నోటీసు చూడగానే మేనేజిమెంటు షాకవుతుంది చూస్కో. వాళ్ల దిమ్మ తిరిగిపోతుంది. నా సామిరంగా, తిన్నగా కాళ్ల బేరానికి వచ్చేస్తారు. నిరాహారదీక్ష కూడా అవసరం ఉండదు. ఈ దెబ్బకి రాబోయే స్టూడెంట్ యూనియన్ ఎన్నికల్లో మరో సారి ఘన విజయం మనదే," అని బిగ్గరగా ప్రకటించాడు.

తనతో మాట్లాడుతున్నట్లుగా కనిపిస్తూనే నిజానికి అందరినీ ఉద్దేశించి ధైర్యం చెప్పే ఉపన్యాసం ఇస్తున్నాడని సునీతకి అర్థం అయింది. అతనిలో ఆత్మవిశ్వాసం పాలు మితిమీరిందని కూడా అనిపించింది.

అందరూ బయలుదేరుతున్నారు.

అతనికి స్వభావసిద్ధమైన నాటకీయతతో –

“ఆగండి. ఒక విషయం చెప్పాలి,” అన్నాడు. అంతా ఆగారు. అతని కేసి చూస్తున్నారు.

సిగరెట్టు తీసి తాపీగా ముట్టించాడు.

“స్ట్రైకు కమిటీ సభ్యులంతా అర్ధరాత్రి ఒకసారి, ఉదయం ఆరులోపు మరోసారి – నాకు గాని, పూజాకి గాని – ఫోన్ చెయ్యాలి. లేదా వాట్సాప్ మెసేజి పెట్టాలి. ఎటువంటి సమాచారం లేకపోతే, లేదా మేము కాంటాక్టు లోకి రాకపోతే అరెస్టు అయినట్లుగా ఊహించుకొని ప్లాన్ ‘బీ’ని అమలు చెయ్యాలి,”

“ఆగండాగండి. మరో ముఖ్యమైన విషయం,” అంతా నవ్వారు. ‘ఇప్పుడు బాంబు పేలుస్తాడు’ అనుకుంది సునీత. అలాగే జరిగింది.

“ఒక ముందు జాగ్రత్త చర్య. స్ట్రైకు నడుస్తున్నంత కాలం ఆఫీసు బేరర్లు ఎవరూ రాత్రిపూట హాస్టల్స్ లో ఉండకూడదు. బయటెక్కడో ఉండాలి,”

“మాధవన్, నువ్వు ఇక్కడే, నా ఫ్లాట్ లోనే ఉంటావు కదా?” అనేసింది సునీత – కాస్త కంగారుగా.

పూజా అందుకుంది –

“మాధవ్ ని అరెస్టు చెయ్యాలనుకుంటే పోలీసులు మొదట నీ ఫ్లాట్ కే

వస్తారు. అతనిక్కడ దొరుకుతాడని వాళ్లకీ తెలుసు,"

మాధవన్ తో సహా అంతా నవ్వేశారు.

సునీత మొహం మాడ్చుకుంది. మాధవన్ కీ తనకీ ఉన్న సంబంధం అందరికీ తెలిసిన సంగతే అయినా దాన్ని బహిరంగంగా ప్రస్తావించడం ఆమెకు బొత్తిగా నచ్చలేదు. 'దీనికి అక్కర్లేని విషయం అంటూ లేదు. ప్రతీదీ తన డేగ కళ్లతో గమనిస్తూ ఉంటుంది. పైగా అధిక ప్రసంగం' అనుకుంది.

ఇప్పుడంటే స్ట్రైకు కోసమని మళ్లీ దగ్గరయ్యారుగానీ తనకీ, పూజాకీ ఎందుకు చెడిందో మాధవన్ సునీతకి చెప్పనేలేదు.

ఒకనాడు కులాల విషయంలో వాదోపవాదాలు జరిగినప్పుడు పూజా –

"నీకేం తక్కువ? మీ అమ్మా నాన్నా ఇద్దరూ గవర్నమెంటు ఉద్యోగులు. మేం నలుగురం ఆడపిల్లలం. మమ్మల్ని చదివించడానికి మా నాన్న ఎన్ని తిప్పలుపడ్డాడో నీకేం తెలుసు?" అనేసింది. అనాటినుండీ వాళ్లిద్దరి మధ్యా ఎడం ఏర్పడింది.

అంతా వెళ్లిపోయారు. మాధవన్, సునీతలు మాత్రమే ఫ్లాట్ లో మిగిలారు. ఖాళీ అయిన టీ కప్పుల్ని వంటింటి సింకు లోకి తరలించ సాగింది సునీత. మాధవన్ ఆమెను వెనుక నుండి వాటేసుకొని,

"తలనెప్పిగా ఉంది. ఒక కప్పు స్ట్రాంగ్ ఫిల్టర్ కాఫీ తాగితే ఎలా ఉంటుందంటావు?" అన్నాడు.

"హొదులు. చేస్తానులే గానీ నువ్వు సిగరెట్లు తగ్గించు. వాటి మూలంగానే ఈ తలనెప్పులు,"

"అరె! విచిత్రం ఏమిటంటే కాఫీ చెయ్యమన్నప్పుడల్లా మా అమ్మ కూడా ఇలానే అంటుంది!" అని ఆమె బుగ్గ మీద చిటికె వేసి డ్రాయింగు రూంలోకి నడిచాడు.

సునీత వంటింట్లో కాఫీ ఏర్పాట్లు చేస్తూ ఆలోచనల్లో పడింది.

ఆమెకు మొదటి నుండీ కూడా పూజా శర్మ అంటే సదభిప్రాయం లేదు. ఎందుకో తెలియదు. పైగా పూజా మాధవన్ తో మరీ అంత క్లోజ్ గా ఉండడం నచ్చలేదు. ఆమె లెస్బియన్ అని ఎవరో చెప్పాక సునీత మనసు కొంత కుదుట

పడింది. ఇదే మాట మొన్న మాధవన్ తో అంటే,

"నీకెవరు చెప్పారు? ఆమె బైసెక్సువల్," అన్నాడు.

"అంటే?"

"అంటే ఒక రూటు మూసుకుపోతే మరో రూట్లో ముందుకి పోతుంది," అని కిసుక్కుమని నవ్వాడు. అతని నవ్వులో సునీతకు లేకితనం ధ్వనించింది.

"అంటే నీతో కూడా...?"

రానున్న ప్రమాదాన్ని పసిగట్టాడు మాధవన్. ఎందుకు నోరు జారానా అని తనను తాను తిట్టుకుంటూనే, మళ్లీమళ్లీ తమ ఇద్దరి మధ్యా ఈ సమస్య తలెత్తకుండా మొగ్గలోనే త్రుంచి వెయ్యాలనుకున్నాడు.

"అదంతా గతం. నువ్వూ నేనూ కలసి ఉంటున్నప్పటి నుండీ మా మధ్య అలాంటిదేమీ లేదు. ఆ సంగతులన్నీ మర్చిపో,"

"నిజంగా?"

"నిజం!"

"ఒట్టు?"

"ఒట్టు!"

❖ ❖ ❖

తెగిపోతుందనుకున్న వాళ్లిద్దరి బంధం ముడివేసుకొని నిలదొక్కుకుంది. అయితే సునీతలో నాటుకున్న అనుమాన బీజం అలాగే కొనసాగింది.

ఆ రోజు ఉదయాన్నే ఇంకోటి జరిగింది.

మాధవన్ కి అగ్రవర్ణ యువతులపట్ల ఉండే ఆసక్తి గురించి ఆమెకు తెలుసు. అతడు అమ్మాయిలను, ముఖ్యంగా మొదటి సంవత్సరంలో ఉండే అండర్-గ్రాడ్ వాళ్లను బలంగా ఆకర్షిస్తాడు. తను కూడా – ఇప్పుడంటే పీజీలో ఉందిగానీ – ఆ దశలోనే అతని పట్ల మోహం పెంచుకుంది.

ఆనాడు బాత్రూము అద్దం మీద తనదికాని స్టిక్కర్ బొట్టు ఒకటి కనబడింది. తన అభిమానులుగా మారిన అమ్మాయిలను చాటుగా తన ఫ్లాట్ కి తీసుకొస్తున్నాడేమో అని ఆమెకు కలిగిన అనుమానం మరి కాస్త బలపడింది.

మాధవన్ ని నిలదీద్దామా అనుకుందిగానీ సరి అయిన ఋజువు లేకుండా అనుమానం వ్యక్తం చెయ్యడం మరీ సిల్లీగా ఉంటుందేమో అనిపించింది. అతని ఫోన్ కాల్స్ నీ, మెసేజిల్నీ చెక్ చేసే అవకాశం లేదు. పాస్ వర్డ్ తో కాపాడుకుంటున్నాడు.

❖ ❖ ❖

యూనివర్సిటీ లోపల ఉండే ప్రతీఘాత శక్తులు బయటి రాజకీయ నాయకుల అండతో రెచ్చిపోయి, పోలీసుల సహకారంతో సమ్మెను భగ్నం చేసాయి. రెండు వారాలపాటు కొనసాగిన నిరాహారదీక్ష కోసమని నిర్మించిన తాత్కాలిక శిబిరాన్ని కూల్చివేశారు. మాధవన్, పూజాలతో సహా నాయకులందరినీ నిర్బంధించారు. మాధవన్ కస్టడీలో ఉన్నప్పుడు సునీత చాలా ఆందోళన చెందింది. కొంతమంది స్నేహితుల్ని కూడగట్టుకొని పోలీసు స్టేషన్ల చుట్టూ తిరిగింది. హక్కుల సంఘాల్నీ, లాయర్లనీ సంప్రదించింది. వేళకి నిద్రాహారాలులేక చిక్కి సగం అయింది.

బెయిలు మీద విడుదల అయ్యాక కూడా సమ్మెకారులంతా దేశద్రోహులని సోషల్ మీడియాలో ప్రచారం కొనసాగింది. విద్యార్థి నాయకులపై బురద జల్లారు; వాళ్లను అప్రతిష్టపాలు చేశారు. మాధవన్ ని చిట్టచివర విడిచిపెట్టారు. నేడో రేపో బయటకు వస్తాడనగా డీఎస్పీ మేడం స్టేషన్ కి వచ్చి కలవమంటున్నారని సునీతకి ఫోన్ వచ్చింది.

పోలీసు స్టేషన్లో మహిళా డీఎస్పీ టీ, బిస్కెట్లు ఇప్పించి చాలా సౌమ్యంగా మాట్లాడింది.

ఇదీ ఆమె మాటల సారాంశం: మాధవన్ ఆమెను లైంగిక దోపిడీకి గురిచేస్తున్నట్లు, శారీరకంగా, మానసికంగా హింసిస్తున్నట్లు ఫిర్యాదు ఇవ్వాలి. సునీతకి అర్థం అయిపోయింది. ఇది మాధవన్ క్యారెక్టర్ పై దాడి చెయ్యడానికీ, అతన్నివేరే కేసుల క్రింద బుక్ చేసేందుకూ జరుగుతూన్న ప్రయత్నం. అటువంటిదేదీ చెయ్యబోనని సునీత ఖరాఖండీగా చెప్పేసింది. పోలీసాఫీసరు తన రూటు మార్చింది; స్వరం పెంచింది.

"నువ్వు గత ఆరు నెలలుగా ఇతనితో కలిసి ఉంటున్నావు. ఈ విషయం మీ పేరెంట్స్ కి తెలుసా? లేక పోతే మమ్మల్ని చెప్పమంటావా? నీ భద్రత కోసమే సుమా!"

"మా పేరెంట్స్ కి అన్నీ తెలుసు. వాళ్లు లండన్ లో ఉంటున్నారు. కావాలంటే చెప్పండి. వాళ్ల ఈ-మెయిల్ ఐడీలు, ఫోన్ నెంబర్లు ఇస్తాను,"

డీఎస్పీ ముఖం కోపంతో ఎర్ర బడింది.

సబ్-ఇన్స్ పెక్టర్ వైపు తిరిగి, "ఈ రోజుల్లో పేరెంట్స్ కూడా ఇలాగే బాధ్యతారహితంగా తయారయ్యారు; పిల్లల్ని అని ప్రయోజనం లేదు...ఆ ఫైలు ఇలా ఇవ్వు," అంది.

ఒక ఫైలుని తీసి సునీత ముందుంచింది. తెరిచి చూస్తే – మాధవన్ ఫోన్ నుండి వెళ్లిన కాల్స్ కి, మెసేజిలకి సంబంధించిన రికార్డులు, వివరాలు... ముగ్గురు బియ్యే అమ్మాయిలతో సాగిన సుదీర్ఘ సంభాషణలు, సరసమైన ఉత్తర ప్రత్యుత్తరాలు; తన ఫ్లాట్ కి రమ్మని పంపిన ఆహ్వానాలు, వాటికి అందిన ఆమోదాలు.

సునీతకి బుర్ర తిరిగిపోయింది.

ఆమె కళ్లల్లోకి నిశితంగా చూస్తూ, ప్రతీ మాటనూ వొత్తి పలుకుతూ డీఎస్పీ అన్నది –

"నువ్వు కంప్లయింటు ఇవ్వకపోయినా, వీళ్లు ముగ్గురూ ఇచ్చేందుకు సిద్ధంగా ఉన్నారు. మంచి ఫేమిలీ నుంచి వచ్చావని బయటపడిపోవడానికి మొదట నీకు అవకాశం ఇస్తున్నాం. ఆలోచించుకో, బలవంతం ఏమీ లేదు. ఇక నువ్వు వెళ్లొచ్చు."

సునీత మారు మాట్లాడకుండా బయటకు నడిచింది. ఆమె వెనకాతలే ఒక మహిళా కానిస్టేబిల్ వచ్చింది; ఆటో ఎక్కిస్తూ,

"మేడం మీకు ఇమ్మన్నారు. రాత్రయినా, పగలైనా – ఏ టైములోనయినా మీరు ఫోన్ చెయ్యవచ్చు అని చెప్పమన్నారు," – అని డీఎస్పీ విజిటింగు కార్డు ఇచ్చింది.

ఆటోలో ఉన్నంతసేపూ సునీత ఏడుస్తూనే ఉంది. ఆటో డ్రైవరు, గెడ్డం నెరిసిన ముస్లిం పెద్దాయిన – కాసేపు చూసి, ఉర్దూలో,

"మన పోలీసులు అంతేనమ్మా, మంచివాళ్లని ఏడిపిస్తారు. దుర్మార్గుల్ని విడిచిపెడతారు. చదువుకున్నదానిలా ఉన్నావు. నీ పరిస్థితే ఇలా ఉంటే, ఇక

మాలాంటి వాళ్ల గతేంకావాలి? భయపడకు. మన బోటి వాళ్లను ఆ అల్లాయే కాపాడతాడు." అన్నాడు.

నేపథ్యం తెలియకపోయినా ఒక అపరిచితుడు సముదాయింపుగా మాట్లాడడంతో సునీత దుఃఖం కట్టలు తెంచుకుంది. ఆటో అతని కొడుకు కువాయిట్ లో టాక్సీ నడుపుతాడట. అక్కడ చట్టవ్యతిరేకమైన పనులు చేస్తే పోలీసులు చాలా కఠినంగా వ్యవహరిస్తారట గానీ అమాయకులను ఇబ్బంది పెట్టరట. ఇలా ఏవేవో చాలా చెప్పుకుపోయాడు. అతడు తన మనసుని మళ్లించడానికే అవీఇవీ మాట్లాడుతున్నాడని సునీతకి అర్థం అయింది. ఎలా థాంక్సు చెప్పాలో తెలియక,

"షుక్రియా, చాచా!" అంది, దిగుతున్నప్పుడు.

"నీ వద్ద ఉన్న దాంట్లో కొంతైనా పేదలకు పంచిపెట్టు, అల్లా నిన్నుచల్లగా చూస్తాడు," అని వెళ్లిపోయాడు.

ఎంచేతనో గాని ఈ చిన్న సంఘటన సునీతలో గొప్ప ధైర్యాన్ని కలిగించి బలంగా నాటుకుపోయింది. అతని నిర్మల దరహాసం, దయాభరితమైన స్థైర్యం ఆమెకు చాలాకాలం గుర్తుండిపోయాయి. అతను ఎన్నో కష్టాలను ఎదుర్కొని నిలబడ్డ యోధుడిలాగా, జీవితాన్ని దగ్గరగా చూసిన దయాళువులాగా ఆమె కళ్లకు కనిపించాడు.

❖ ❖ ❖

మాధవన్ బెయిలు మీద బయటకు వచ్చిననాడు పెద్ద హడావుడి జరిగింది. పూజా, మిగతా మిత్రబృందం అతనికి ఘనంగా స్వాగతం పలికారు. మాధవన్ లో మాత్రం మునపటి ఉత్సాహం కనబడలేదు – సునీత కళ్లకి. పాతికేళ్లు కూడా నిండకుండానే ఒక ప్రముఖ విశ్వవిద్యాలయంలో విద్యార్థినాయకుడిగా ఒక వెలుగు వెలిగి అటు ప్రొఫెసర్లనీ, ఇటు స్టాఫ్ నీ తారెత్తించిన మాధవన్, ఊహించని విధంగా సమ్మె విఫలం కావడంతో ఆ పరాజయంనుండి కోలుకోలేక పోయాడు. డిప్రెషన్ కి లోనయ్యాడు. తాగుడు ఎక్కువయింది. తాగాక ఎక్కువయ్యే అతని వాగుడు సునీతకి చిరాకు తెప్పించేది. ఏ రోజుకారోజు తన ఫ్లాట్ ఖాళీచేసి వెళ్లిపొమ్మని అతనికి చెప్పాలని అనుకుంటూనే సునీత ఆ నిర్ణయాన్ని వాయిదా వేస్తూవచ్చింది.

మాధవన్ ని తిరిగి మామూలు మనిషిని చెయ్యడానికి పూజా, సునీత – ఇద్దరూ తమకు చేతనైనంతా చేశారు. వాళ్లిద్దరి మూలంగానే తను ఈ మాత్రం కోలుకోగలిగానని అతనే స్వయంగా చెప్పేవాడు. తాగుడు మాత్రం మాన్పించ లేకపోయారు.

ఒకసారి మాధవన్ కి మందు బాగా ఎక్కువైన రోజున బెడ్ రూంలో పూజా ప్రవర్తించే తీరును గురించి వివరించసాగాడు.

"ఎంతైనా ఢిల్లీ పంజాబీ కదా! మంచం మీద ఉన్నప్పుడు కూడా డామినేట్ చేస్తుంది," అంటూ పూజా ఆ సందర్భంలో ప్రకటించే ఇష్టాయిష్టాల గురించి వివరించసాగాడు.

సునీత నిర్ఘాంతపోయింది. "ఏమిటలా మాట్లాడుతున్నావు? ఆమె ప్రైవేసీని గౌరవించడం నేర్చుకో!" అని గద్దించింది.

అతని చేతిలో ఉన్న గ్లాసుని లాక్కొని విస్కీని సింకులో పారబోసింది. బెడ్ రూంలోకి వెళ్లి, ధడేల్మని తలుపు వేసుకొని గొళ్లెం పెట్టింది. అతనికి కిక్కు దిగిపోయింది.

మర్నాడు – మొదటి కప్పు కాఫీ తాగుతూ – సారీ చెప్పాడు. అంతా విని, సునీత నిలకడగా అంది –

"ఒకటి గుర్తుంచుకో. ఇవాళ మన మధ్య ఉన్నది ఒక ప్రత్యేకమైన సంబంధం, ఎక్స్ క్లూజివ్ రిలేషన్ షిప్. దీని లోకి పై వాళ్లెవరూ జొరబడకూడదు – ఆఖరికి మన పేరెంట్స్ కి కూడా ఆ అవకాశం ఇవ్వకూడదు,"

"పెళ్లైన వాళ్ల లాగానే అన్నమాట," అన్నాడు మాధవన్ – వెటకారంగా.

'పెళ్లి అనేది ఒక కుళ్లిపోయిన బూర్జువా వ్యవస్థ' అని అతని దృఢమైన అభిప్రాయం. దాన్ని తరచూ వ్యక్తం చేస్తూంటాడు. అలాగే లైంగిక స్వేచ్ఛ విషయంలో తనకున్నంత స్పష్టత వేరెవ్వరికీ లేకపోవడం అతన్ని ఆశ్చర్యపరుస్తూంటుంది.

ఆ సమయంలో అతని అభిప్రాయాలను వివరంగా చర్చించే ఆసక్తి లేకపోవడంతో,

"పోనీ అలానే అనుకో." అంటూ సునీత ఆ సంభాషణను అంతటితో

ముగించింది.

ఆనాటి నుండీ తన గురించి కూడా అతడు ఎవరికి ఏం చెప్తాడో అని సునీతకి టెర్రర్ పట్టుకుంది. అంత గొప్ప మేధావి, అంత ఆరితేరిన ఆర్గనైజర్ – ఇంత ఫూలిష్ గా ఎలా ప్రవర్తించగలడా అని ఆశ్చర్యపోయింది కూడా.

❖ ❖ ❖

విద్యార్థి సంఘం ఎన్నికలలో తానింక పోటీ చెయ్యనని మాధవన్ మొండికేసాడు. పూజా కార్యదర్శి పదవికీ, సునీత సహాయ కార్యదర్శి పదవికీ పోటీచేసి కొంచెం తేడాతో ఓడి పోయారు. మాధవన్ కనీసం ప్రచారంలో కూడా పాల్గొనలేదు. ప్రత్యర్థులు పదవుల్లోకి రాగానే మాధవన్ మీద లైంగిక వేధింపు ఆరోపణలు, వాటికి సంబంధించిన విచారణ ఊపందుకున్నాయి. సోషల్ మీడియాలో అతనికి 'ఎర్ర ప్లేబాయ్'గా ముద్ర పడింది. 'మీటూ' ప్రకటనలు కూడా వెలువడ సాగాయి. ఆ ఆరోపణల్లో చాలా వరకూ నిజం ఉందని సునీత, పూజా – ఇద్దరూ భావించారు.

మరో మార్గం లేక, ఎంతో అయిష్టంగా పూజా చొరవ తీసుకొని మాధవన్ ని తమ సంస్థ నుండి తొలగించింది. సునీతకి ఇది బాధ కలిగించిందిగానీ ఏమీ అనలేక పోయింది.

ఉన్నట్టుండి ఒక రోజున అతడు ఫ్లాట్ ఖాళీ చేసి వెళ్లిపోయాడు. వెళ్తూ వెళ్తూ –

"అంతా ఒకేసారి నామీద కక్ష కట్టారు. ఇప్పుడు మీకు అర్థం అయిందా, నేనెందుకు ఎన్నికల జోలికి పోలేదో? మీరిద్దరూ పాపం ప్రయత్నించారు గానీ మీవల్ల కాలేదు. నేనే గనక పోటీ చేసి ఉంటే ఫలితాలు ఇంకోలా ఉండేవి," అన్నాడు.

"నువ్వు చేసిన నిర్వాకం మూలాన్నే మేము ఓడిపోయాం," అనేసింది పూజా – నిర్మొహమాటంగా.

సునీత మౌనం వహించింది. అతని అహం దెబ్బ తిన్నదే గానీ అది అతన్ని ఇంకా వీడ లేదని ఆమెకు అర్థం అయింది. ఏం జరిగినా మనుషులు మారరు అని ఆమెకు అనిపించి విచారం కలిగింది.

లైంగిక వేధింపుల విషయంలో మాధవన్ పై వచ్చిన ఆరోపణలు విచారణలో

ఋజువయ్యాయి. యాజమాన్యం అతన్ని సస్పెండ్ చేసింది. అతను స్వగ్రామానికి వెళ్లిపోతున్న సంగతి సునీత, పూజాలకు అతడి స్నేహితుల ద్వారా తెలిసిందిగానీ స్టేషన్ కి వెళ్లడానికి వాళ్లకు మనస్కరించలేదు. వాళ్లిద్దరూ వస్తారని మాధవన్ ఎంతో ఆశతో ఎదురు చూశాడు. నిజానికి అతని స్నేహితులు ఏ ఒక్కరూ రాలేదు. తనకు వీడ్కోలు చెప్పేందుకు స్టేషన్ లో ఎవరూ లేకుండా ఒంటరిగా ఊరు వదిలి వెళ్లిపోతున్నందుకు – అతనికి పట్టరాని దుఃఖం వచ్చింది; రైలు కదులుతూండగా టాయిలెట్ లోకి వెళ్లి వలవలా ఏడ్చాడు.

❖ ❖ ❖

మాధవన్ వెళ్లిపోయాక తమ విద్యార్థి సంఘపు పరపతిని పునరుద్ధరించడానికి పూజా విశ్వప్రయత్నం చేసింది. కొంతవరకూ విజయవంతం అయింది. ఆ ప్రయత్నాలలో సునీత భాగస్వామ్యం కూడా ఉండాలని పూజా ఆశించింది. పాత స్నేహానికి కొనసాగింపుగా సునీత సహకరించింది గానీ విద్యార్థి సంఘపు రోజువారీ కార్యకలాపాలలో పాల్గొనడానికి ఇష్టపడలేదు.

"మీరంటే నాకు గౌరవం ఉంది గానీ, మీ రాజకీయాల మీద నమ్మకం లేదు. సమస్య ఎక్కడో ఉంది; ఇంకెక్కడో పరిష్కారం కోసం వెతుకుతున్నారు" అని సునీత అన్నప్పుడు మాటకారి అయిన పూజా కూడా మౌనం వహించింది.

ఇది జరిగిన కొద్ది రోజులకే కేవలం విద్యార్థినుల సమస్యలపైనే దృష్టి పెట్టాలని సునీత నిర్ణయించుకుంది. అందుకు  సమిష్టి అధ్యయనం అవసరం అనిపించి సోషలిస్ట్ ఫెమినిస్ట్ స్టడీ సర్కిల్ అనే సంస్థని స్థాపించింది. తన ఫ్లాట్ లోనే చర్చలూ, తరగతులూ నిర్వహించనారంభించింది. ఒక బ్లాగుని కూడా సృష్టించింది. పూజా ఆమెకు తన పూర్తి సహకారాన్ని అందించింది.

మాధవన్ జాగాలో ఎన్నికైన విద్యార్థి సంఘం నాయకుడు మానస్ సింగ్ గురించిన వివరాలు పూజా ద్వారా సునీతకు తెలియవచ్చాయి. అతడు తీవ్రమైన ఆడపిల్లల కొరతతో సతమతమవుతూన్న హర్యానా రాష్ట్రానికి చెందిన వాడు; అగ్రకులస్తుడు. మానస్ తండ్రి కుల్దీప్ సింగ్ ఒక జాతీయ రాజకీయ పార్టీలో జిల్లా స్థాయి నాయకుడు, భూస్వామి, మాజీ ఎమ్మెల్యే, ప్రస్తుతం లిక్కర్ డాన్. ఖరీదైన కార్లు, స్నేహితులతో బీర్లు, నైట్ క్లబ్బుల్లో డాన్సులు, తండ్రి ఆశీర్వచనాలతో విద్యార్థిగానే రాజకీయ రంగ ప్రవేశం – వీటి మధ్య మానస్ బియ్యే పూర్తయింది. తండ్రి ప్రోత్సాహంతో రాజకీయాల్లో అంచెలంచెలుగా ఎదిగి కేంద్రస్థాయి

చేరుకోవాలనేదే అతని ఆశయం. అందుకు మొదటి మెట్టు – ఒక ప్రముఖ యూనివర్సిటీలో విద్యార్థి నాయకుడిగా విజయం సాధించడం. ఈ విషయంలో తండ్రికి పూర్తి స్పష్టత ఉన్నది. అందుకే 'ఎంత ఖర్చయినా ఫరవాలేదు' అని కొడుకుని ముందుకి నడిపించాడు.

తన కజిన్ పెళ్లి రిసెప్షన్ కని పూజా ఢిల్లీ వెళ్లినప్పుడు అక్కడ మానస్, అతని తండ్రి కనిపించారు. మానస్ పూజాని తన తండ్రికి పరిచయం చేస్తూ –

"ఇదిగో, ఈ అమ్మాయే మొన్నటి స్టూడెంట్ యూనియన్ ఎన్నికలలో మనకి గట్టి పోటీ ఇచ్చింది," – అన్నాడు, ఛార్మింగ్ గా, నవ్వుతూనే.

"మీ తరం వాళ్లే మన రాజకీయ అజెండాను ముందుకి తీసుకెళ్లాలి," అన్నాడు కుల్దీప్, పంజాబీలో. ఆ తరువాత జరిగిన సంభాషణ చాలా వరకూ పంజాబీలోనే నడిచింది.

"ఆమె రాజకీయాలు వేరు, నాన్నా! వాళ్లది ఎర్ర పల్టన్,"

కుల్దీప్ నొచ్చుకున్నాడు. "అయ్యో, అలాగా! పెద్దవాడిని కాబట్టి చెబుతున్నాను. అలాంటి పనికిమాలిన అలగాజనంతో తిరగొద్దు; నష్టపోతావు. వాళ్లకి భవిష్యత్తు లేదు. ఇప్పటికైనా మించిపోయింది లేదు. మా మానస్ తో కలిసి పనిచెయ్యి. నీకు కూడా మంచి అవకాశాలు ఉంటాయి,"

"వినియోగించుకోవాలే గాని మాకు కూడా అవకాశాలకు లోటు లేదు," అంది, పూజా కొంచెం చిరాగ్గా. ఈ ముసలాడిని ఎలా వదిలించుకోవాలా అని అటూఇటూ చూసింది. కుల్దీప్ చెప్పుకుంటూ పోతున్నాడు –

"మా మానస్ కి నీలాంటి వాళ్ల సలహాలు అవసరం. ఎమ్మే చెయ్యడానికి అంత దూరం ఎందుకు పంపాననుకుంటున్నావు? మా ఊళ్లో లేకనా?"

"నిజమే. మీ ఊళ్లోనే చదివించి ఉంటే సరిపోయేది,"

మానస్ కేసి తిరిగి ఇంగ్లీషులో "మాకు సమస్యలు తగ్గేవి," అంది.

"నువ్వు భలే జోకులు వేస్తావు. సెన్స్ ఆఫ్ హ్యూమర్ ఉన్నఆడవాళ్లు నాకు నచ్చుతారు," అని పూజాని ఇంప్రెస్ చెయ్యడానికి అన్నాడుగానీ, తెలివైన అమ్మాయిలు – ముఖ్యంగా మేధావంతులైన స్త్రీలు ఎదురైనప్పుడు మానస్ కి కాస్త సంకోచం అనిపిస్తుంది. అతని సహజసిద్ధమైన డాషింగ్ హీరో స్టైలుకి

వాళ్లు అడ్డు తగులుతారు.

'వీడప్పుడే మీరులోంచి నువ్వులోకి వచ్చేశాడు. వీడికో డోసు ఇవ్వాలి,' అనుకుంది పూజా.

కుల్దీప్ కి ఇవేవీ పట్టినట్టు లేదు. "మా బాగా అడిగావు! మా తరం వరకూ కులస్తులూ, ఊళ్లో వాళ్లూ చెప్పుచేతల్లో ఉంటే సరిపోయేది. ఇప్పుడు అలా కుదరదు - ముఖ్యంగా దిల్లీ స్థాయికి ఎదగాలంటే. (ఇక్కడ రెండో తరం యువ నాయకుల పేర్లు కొన్ని చెప్పాడు)...వీళ్ల మాదిరిగా ఇంగ్లీషు బాగా రావాలి; టీవీలో మాట్లాడాలి. మీడియాని మేనేజ్ చెయ్యాలి, జాతీయ స్థాయిలోనే కాకుండా అంతర్జాతీయ స్థాయిలో వ్యాపారవేత్తలతో వ్యవహారాలు నడపాలి. ఈ వయసులో ఇవన్నీ నేర్చుకోవాలంటే మావల్ల అవుతుందా? మేము చూస్తూండగానే ప్రపంచం బాగా చిన్నదయిపోయింది; వ్యాపార, రాజకీయ అవకాశాలు ఊహించనంతగా పెరిగిపోయాయి,"

అకస్మాత్తుగా కుల్దీప్ మాటల్లో పూజాకి ఆసక్తి కలిగింది. "మీ నాన్న ప్రపంచీకరణ గురించి మాట్లాడుతున్నాడు" అన్నది మానస్ తో.

"అవేవీ ఆయనకు తెలియదులే గానీ – అనుభవం మీద చెబుతున్నాడు,"

"నువ్వూ మీ నాన్నా కలిస్తే ఒక గొప్ప అర్ధ-వలస, అర్ధ-భూస్వామ్య రాజకీయ కుటుంబం అవుతారు,"

పూజా తమను పొగుడుతున్నదని మానస్ అనుకున్నాడు.

"థాంక్స్ ఫర్ యువర్ కాంప్లిమెంట్! అంతకన్నాకావాల్సింది ఏముంటుంది? కాక్ టెయిల్స్ సెర్వ్ చేస్తున్నారు. నీకేం తెమ్మంటావు?" అంటూ ఆమె మోచేతిని అనవసరంగా తాకాడు.

'ఈ వెధవని ఒక కంట కనిపెడుతూ ఉండాలి' అనుకుంది. ఇంతలో పూజాకి పరిచయస్తులెవరో ఎదురయ్యారు. వాళ్లని పలకరించి అక్కడి నుండి జారుకుంది.

❖ ❖ ❖

మానస్ అసలు స్వరూపం క్రమేపీ బయటపడ సాగింది. పూజా ఊహించినదాని కన్నా కూడా అతడు పూర్తి స్థాయి దిగజారుడు (లుంపెన్) మనిషి. తన ఆరడుగుల ఎత్తు, మెలితిప్పిన మీసాలు, హేండ్ సమ్ ఆకృతితో,

డాషింగ్ స్వభావంతో అమ్మాయిల్ని తన వెంట తిప్పుకుంటాడు. డబ్బుపోసి వాళ్ల సరదాలు తీరుస్తాడు; తన సరదా తీర్చుకుంటాడు. అలాగని ఎవరితోనూ దీర్ఘకాలిక సంబంధాలు పెట్టుకొనేటంత వెర్రివాడు కాదు. ప్రత్యేకించి – 'అనుభవ శూన్యులైన కన్యలను దారిలో పెట్టడం' అతనికి మహదానందాన్ని ఇస్తుంది. ఎల్లప్పుడూ గూండాలను, చెంచాలను వెంటబెట్టుకొని తిరుగుతూంటాడు. ఇటీవలే ఒక స్నేహితుని ఫాంహౌస్ లో జరిగిన పార్టీలో నాలుగవ రౌండులో అడుగుపెడుతూ మానస్ తన లైంగిక అభీష్టాన్ని ఈ విధంగా ప్రకటించాడు: "సీల్ తోడ్నే మే మజా హీ కుఛ్ ఔర్ హై!" (సీళ్లను ఛేదించడంలోఉండే ఆనందమే వేరు!). అది ఈనోటా ఆనోటా పూజా, సునీతల దాకా పాకింది. అవకాశం దొరకగానే దెబ్బ తీయాలని వాళ్లిద్దరూ కూడబలుక్కున్నారు.

ఆ తరుణం రానేవచ్చింది. నిజానికి మానస్, అతని వెంట ఉండే గూండాలు ఆ అవకాశాన్ని స్వయంగా అందించారు. తమ రాజకీయ పెద్దల ఆదేశం మేరకు అమ్మాయిలు జీన్సు వేసుకొని యూనివర్సిటీకి రాకూడదనే నిబంధనను ప్రవేశపెట్టాలని మేనేజిమెంట్ ని డిమాండ్ చేశారు. యాజమాన్యం ఆ డిమాండ్ ను వెంటనే ఆమోదించి, మితిమీరిన ఉత్సాహంతో అమలు చేయబూనింది. అమ్మాయిల హాస్టల్స్ లో, కేంటీన్లలో, తరగతి గదుల్లో విస్తృతమైన చర్చలు జరిగాయి. అన్ని చోట్లా తీవ్రమైన నిరసన వ్యక్తమైంది. పూజా, సునీతా ఈ పరిణామాలను శ్రద్ధగా పరిశీలించారు. స్వతహాగా మంచి ఆర్గనైజర్ అయిన పూజా, ఇదొక తిరుగులేని అవకాశం అని తొందరగానే గ్రహించింది. సునీత సహకారంతో, తమ సంస్థ సభ్యుల తోడ్పాటుతో కార్యాచరణకు పూనుకుంది. సునీత ఫ్లాట్ లో చర్చలు జరిగాయి. రాత్రికి రాత్రే పోస్టర్లు వెలిసాయి; బ్యానర్లు, ప్లేకార్డులు తయారయ్యాయి. కేంపస్ అంతటా ఎక్కడికక్కడ ఉద్రేకభరితమైన ఉపన్యాసాలు, చర్చలు, నినాదాలు. రాజకీయాలంటే ఆసక్తి చూపనివాళ్లూ, విద్యార్థి సంస్థలకు దూరంగా ఉండేవాళ్లూ పెద్ద సంఖ్యలో, ఉత్సాహంగా నిరసన సభల్లో పాల్గొనడం ఆర్గనైజర్లకే ఆశ్చర్యం కలిగించింది. రాత్రనక, పగలనక పూజా, సునీతల ఫోన్లు మ్రోగుతూనే ఉన్నాయి; మెసేజిలు వస్తూనే ఉన్నాయి. యూనివర్సిటీ లోపలే కాకుండా బయటి నుండి, ఇతర విద్యాసంస్థల నుండీ కూడా ఎంతో మంది మిత్రులూ, పరిచయం లేని వాళ్లూ నిరసనోద్యమానికి తమ మద్దతుని తెలియజేసారు; సహకారాన్ని అందించారు; సానుభూతిని ప్రకటించారు. ఇందుకుగాను సోషల్ మీడియా బాగా ఉపయోగపడింది.

రోజురోజుకీ ఉధృతమవుతూన్న ఉద్యమాన్ని ఎలా నియంత్రించాలో, ఏమి చెయ్యాలో యాజమాన్యానికి తోచలేదు. విద్యార్థి సంఘ నాయకుడైన మానస్ నీ అతని అనుచరులనీ పిలిపిస్తే ఈ ఉద్యమంతో తమకెలాంటి సంబంధమూ లేదనీ, కొన్ని అరాచకశక్తులు దీని వెనుక ఉన్నాయనీ వాళ్లు స్పష్టం చేశారు. తమ నాయకత్వంగానీ, ప్రమేయంగానీ లేనట్టి ఉద్యమం అంతగా విస్తరించడం, వాళ్లకి అవమానకరంగా తోచింది. యాజమాన్యం గనక సహకరిస్తే తాము ఉద్యమకారుల అంతు చూస్తామని కూడా తెలియజేసారు. 'మీరు చెయ్యగలిగింది మీరు చెయ్యండి, మా వంతు మేము చేస్తాము' అన్నది యాజమాన్యం.

అంతే! మానస్ అనుచరులు ఉద్యమాన్నీ, ఉద్యమనాయకుల్నీ టార్గెట్ చెయ్యడం మొదలు పెట్టారు – ముఖ్యంగా సోషల్ మీడియాలో. కేంపస్ అంతటా పోస్టర్లు వెలిసాయి. గోడల మీద నినాదాలు కనిపించాయి. ఉద్యమకారులను దేశద్రోహులన్నారు. సరిహద్దులలో మన సైనికులు ఎముకలుకొరికే చలిలో నానా అవస్థలూ పడుతూంటే ఇక్కడ డ్రెస్ కోడ్ మీద ఈ రచ్చంతా ఏమిటన్నారు. ఒకటి రెండు రోజుల్లోనే ఈ ఎదురుదాడి అశ్లీలంగా, అసభ్యంగా తయారైంది. బెదిరింపులు, వ్యక్తిగత దాడులు మొదలయ్యాయి. పూర్తి స్థాయి నైతిక నియంత్రణ అవతరించే సూచనలు కనిపించాయి. తమకు ప్రధాన లక్ష్యాలుగా పూజానీ, సునీతనీ ఎంచుకున్నారు.

సునీతని 'తక్కువ కులం వాళ్లతో తిరిగే బజారు లం...'గా, పూజాని 'ఆడా మొగా కాని వింత మనిషి'గా ప్రచారం చేస్తూ ట్విట్టర్ లో పోస్టులు అవతరించాయి. మాధవన్ తో వాళ్లిద్దరికీ ఉండిన సంబంధాలపై అవాకులు చెవాకులు సృష్టించారు. మొదట్లో విస్తుపోయిన ఉద్యమకారులు తగిన రీతిలో జవాబు చెప్పాలని నిశ్చయించుకున్నారు. 'సీళ్లను ఛేదించడం' గురించి మానస్ చేసిన అసభ్యకరమైన ప్రకటన తాలూకు వీడియో రికార్డింగుని సంపాదించి సోషల్ మీడియాలో పెట్టారు. కొద్ది గంటలలోనే అది వైరల్ అయిపోయింది. అది చూసి అతడినీ, అతడి మిత్ర బృందాన్నీ అంతా అసహ్యించుకున్నారు.

అంతేకాదు, ఈ వాగ్యుద్ధం ఊహించని పరిణామానికి దారి తీసింది. దళితులూ, బహుజనులూ, ఎల్జీబీటీక్యూ (లెస్బియన్, గే, బై సెక్సువల్, ట్రాన్స్ జెండర్, క్వీర్) సమూహాలూ ఉద్యమానికి పూర్తి మద్దతుని ప్రకటించడమే కాకుండా నాయకత్వ శ్రేణిలో అగ్రభాగాన నిలిచారు. పరిస్థితి చెయ్యి జారిపోతున్నదని యాజమాన్యం

గ్రహించింది; ఉద్యమనాయకులపై భౌతికదాడులు చేయించడానికి పూనుకున్న మానస్ ని నివారించింది.

❖ ❖ ❖

రాత్రి బాగా పొద్దు పోయే వరకూ చర్చలు జరిగాయి. దళిత, బహుజన విద్యార్థి నాయకులు పూజా, సునీతలతో బాటుగా తమ వాదనలను వినిపింపజేశారు.

యాజమాన్యం తన పట్టును వీడింది. అమ్మాయిల దుస్తులకు సంబంధించి ప్రవేశపెట్టిన నియమ నిబంధనలను బేషరతుగా వెనక్కి తీసుకుంటున్నట్లు ప్రకటించింది. ఆ చలికాలపు ఉదయాన, తమ నాయకులు ఏ వార్తను మోసుకొస్తారో అని ఆతృతగా ఎదురుచూస్తున్న విద్యార్థులంతా హర్షధ్వానాలు చేశారు.

తమ యుద్ధం నిజానికి యాజమాన్యం వెనుకనున్న శక్తులపైనే అనీ, అవి నేడు తామే అన్ని సంస్థలకూ అధిపతులుగా ప్రకటించుకుంటూ, మిగతావారిని బయటిశక్తులుగా చిత్రిస్తున్నాయనీ పూజా తన ఉపన్యాసంలో చెప్పింది. ఆ శక్తులనుండి యూనివర్సిటీని కాపాడుకోకపోతే అది ప్రైవేటుపరం అయ్యే ప్రమాదం పొంచి ఉన్నదని కూడా అన్నది. 'సంస్థలపైన రాళ్లు రువ్వితే నష్టపోయేది మనమే' అంటూ తన ఉపన్యాసాన్ని ముగించింది. ఆమెకున్న స్పష్టత సునీతకు ఆశ్చర్యం కలిగించింది. పూజా తన స్నేహితురాలైనందుకు గర్వించింది.

కేంపస్ అంతటా ఎర్ర జెండాలతో బాటు అంబేద్కర్ వాదుల నీలం జెండాలే కాకుండా ఎల్జీబీటీల ఇంద్ర ధనుస్సు రంగుల జెండాలు కూడా రెపరెపలాడుతున్నాయి.

“ఇంక్విలాబ్, జిందాబాద్!” నినాదం మిన్నుముట్టింది.

విజయోత్సవ సమావేశ వేదికకు చేరుకున్న పూజా, సునీతలిద్దరూ ఉద్వేగానికి లోనయ్యారు. అక్కడ గోడపై వెలసిన ఒక నినాదం వారి దృష్టిని ఆకర్షించింది.

‘ఖబడ్దార్! మీ దయాధర్మ భిక్ష మాకు అవసరం లేదు. మా ప్రపంచాన్ని మేమే గెలుచుకుంటాం’

అది ఆర్గనైజర్లు తయారు చేసుకున్న నినాదాల జాబితా లోనిది కానేకాదు. ఎవరి మేధస్సు నుండో, లేక హృదయాల నుండో వెలువడిన నూతన ఆర్తనాదం. అది ఉద్యమకారుల మానసిక స్థితికీ, అకాంక్షలకూ ప్రాణప్రతిష్ట చేసింది.

అట్లాంటి నినాదాలు ఇంకా మరి కొన్నికనిపించాయి.

ఆనాటి సాయంత్రం పూజా – సునీత ఫ్లాట్ కి వచ్చింది. తీరిగ్గా కూర్చొని ఫ్రెంచి వైను సిప్ చేస్తూ, డచ్ ఛీజ్ నంచుకుంటూ తమ విజయాన్ని సమీక్షించుకున్నారు. పూజా సునీతతో అన్నది –

"....దీని అర్థం ఏమిటో తెలుసా? ఉద్యమం మన జనాల జీవనాడిని పట్టుకున్నది; స్వయంచాలకంగా రూపు దిద్దుకుంటున్నది,"

సునీత అంగీకరించింది. "నిజం! మొన్నటి వరకూ శత్రువు ఎవరనేది నాకే స్పష్టంగా తెలియలేదు. ఇప్పుడు అందరికీ తెలిసిపోయింది,"

ఆనందంతో పూజా కళ్లు మెరిసాయి.

"మంచి మాట చెప్పావు. మాధవ్ ఉండి ఉంటే '1968నాటి పారిస్ విద్యార్థుల తిరుగుబాటు పునరావృతమవుతోంది' అనే వాడు,"

"'మీరింక తప్పుకోవచ్చు' అని కూడా అనేవాడు" అన్నది సునీత.

'అన్ని రకాల ఉద్యమాలకూ అగ్రవర్ణాల నాయకత్వం గుదిబండగా తయారవుతున్నది. వాళ్లు తప్పుకోవాలి; లేదా తప్పించాలి' అని ఒక్కోసారి హాస్యంగా, ఒక్కోసారి సీరియస్ గా మాధవన్ అంటూండే వాడు.

ఇద్దరూ నవ్వుకున్నారు. ఈ మహత్తర సందర్భంలో మాధవన్ తమ వెంట ఉండి ఉంటే బాగుండేదని ఇద్దరికీ ఎంతగానో అనిపించింది. అతడు తోడుగా లేనందుకు ఇద్దరికీ విచారం కలిగింది. ఉద్వేగంతో ఒకరినొకరు హత్తుకున్నారు. పూజా సునీతను ముద్దాడింది.

❖ ❖ ❖

నిరసన ఉద్యమం విజయవంతమైన కొద్ది రోజులకే కేరళ నుండి ఒక దుర్వార్త వెలువడింది. బైక్ మీద వెళుతూ మాధవన్ రోడ్డు ప్రమాదంలో మరణించాడు. తాగి ఉన్నాడని వైద్య పరీక్షలలో తెలిసింది. వివిధ సంఘాలు ఏకమై కేంపస్ లో సంతాప సభను నిర్వహించారు. పూజా, సునీతలు అతన్ని ఎంతో ఇష్టంగా గుర్తుచేసుకున్నారు. ఆ రోజు రాత్రి పూజా, సునీత ఫ్లాట్ కి వచ్చింది. వాళ్లిద్దరూ మాధవన్ తో తమకు ఉండిన వ్యక్తిగత సంబంధాన్ని తలచుకున్నారు. అప్పుడు పూజా ఒక మాట అన్నది –

"గొప్ప స్వేచ్ఛ అంటే గొప్ప బాధ్యత అని మాధవ్ కు మేధాపరంగా తెలుసుగానీ ఆచరణలో బాధ్యతారహితంగా ప్రవర్తించాడు,"

"నిజమే గానీ ఇక్కడ మరో అంశం కూడా ఉంది. మనకెవ్వరికీ కూడా ఈ విషయాల్లో పూర్వానుభవం లేదు. ఆ మాటకొస్తే మన సమాజానికే లేదు. అన్నీ అందరికీ కొత్తే. అలాంటప్పుడు చాలా పొరబాట్లు జరుగుతాయి. మాధవన్ తరచూ అంటూ ఉండేవాడు – 'మునుపెన్నడూ సాధించని లక్ష్యాలను చేరుకోవాలని కోరుకొనే వాళ్లు ఇంతవరకూ ఎవరూ నడవని మార్గంలో ప్రయాణించడానికి సాహసించాలి' అని. నీకు గుర్తుందా?" అన్నది సునీత.

పూజా ఏదో అనబోయింది. భావావేశంతో ఆమె గొంతు పెగల లేదు. సునీతని దగ్గరకు తీసుకొని ఆమె భుజంపై తన తలను వాల్చింది.

['కొత్తకథ-2019'లో మొదట ప్రచురింపబడింది]

# రెక్కలు చాచిన రాత్రి
## కథాపరిచయం

### మరో చరిత్ర, మరో ప్రపంచం!

ఉణుదుర్తి సుధాకర్, జైదీప్ ఉణుదుర్తి – ఈ తండ్రీ కొడుకులిద్దరూ సంయుక్తంగా రచించిన కథ 'రెక్కలు చాచిన రాత్రి' చదివినప్పుడు నాకు ఏకకాలంలో సంతోషం, ఆశ్చర్యం – రెండూ కలిగాయి. చరిత్ర విచిత్రమైనది. ఆ రోజున అమెరికా జపాన్ మీద ఆటంబాంబులు ప్రయోగించకుండా ఉంటే, అదే అణ్వాయుధం జర్మనీ చేతిలో వుండి, దాన్ని అమెరికా మీద, లేదా రష్యా మీద ప్రయోగించి ఉంటే జర్మనీ, జపాన్ లు సూపర్ పవర్ లుగా అవతరించి వుండేవేమో? ఈ రోజున మనమంతా జర్మన్ భాష మాట్లాడుతూండే వాళ్లమేమో? నిస్సందేహంగా కోల్డ్ వార్ మరొక రూపంలో ఉండేది. 'రెక్కలు చాచిన రాత్రి' కథ ఇటువంటి మూసుకుపోయిన మార్గాలను తెరుస్తుంది. 'అలా కాకుండా, ఇలా జరిగి ఉంటే ఏమయ్యేది?' అనే ప్రశ్నలకు నమ్మశక్యంగా ఉండే జవాబులను ప్రతిపాదిస్తుంది.

ఆల్టర్నేట్ హిస్టరీ అనేది సైన్స్ ఫిక్షన్ లో ఒక ప్రక్రియగా పాశ్చాత్య సాహిత్యంలో మంచి గుర్తింపును పొందింది; సుస్థిరమైన స్థానాన్ని ఏర్పరచుకుంది. ఆ మార్గంలో నడిచిన అనేకమంది రచయితలు ఇంగ్లీషులోనూ,

ఇతర భాషలలోనూ ఇలాంటి కథలూ, నవలలూ రాశారు. వీటికి నిజానికి నిరూపితమైన సైన్సు ప్రాతిపదిక ఏదీ ఉండదు కాబట్టి ఈ రకమైన సాహిత్యాన్ని స్పెక్యులేటివ్ ఫిక్షన్ అంటున్నారు.

ఇకపోతే, క్వాంటం ఫిజిక్స్ సిద్ధాంతాల ఆధారంగా బహుళ, సమాంతర విశ్వాలలోనూ నడిచిన రచనలు చేసినవారున్నారు; లేక కేవలం స్పెక్యులేటివ్ గా రాసిన వారున్నారు. నాకు వెంటనే గుర్తుకు వచ్చేది 'ది మ్యాన్ ఆన్ ది హై కాజిల్' అని ఫిలిప్ డిక్ రాసిన నవల; అదే పేరుతో వచ్చిన టివీ సీరీస్. ఈ నవలలో, రెండవ ప్రపంచ యుద్ధానంతరం అమెరికా ఓడిపోయి జర్మనీ, జపాన్ ల పాలనలోకి వస్తుంది. వారిని ఎదిరించటానికి, జర్మనీలో వున్న హిట్లర్ ని చంపడానికి అమెరికాలోని ప్రతిఘటన దళాలు ప్రయత్నిస్తూ వుంటాయి. చాలా నమ్మశక్యంగా నడిచే అద్భుతమైన ఈ కథనంలో 'జర్మన్ పాలనలో ఫాసిజం ఎలా ఉంటుంది? నాజీల మనస్తత్వం ఎలా ఉంటుంది? వాళ్ళ సిద్ధాంతాలు అమెరికా ప్రజల జీవితాలని ఎలా ప్రభావితం చేస్తాయి?...' ఇవన్నీ వర్ణించబడ్డాయి. అమెరికాలోని ఒక భూభాగంలో జపాన్ పరిపాలన ఉంటుంది; మరొక చోట జర్మనీ పరిపాలన ఉంటుంది. ఒక ప్రాంతం ప్రతిఘటన దళాల ఆధిపత్యంలో వుంటుంది. విముక్తి పోరాటం జరుగుతోంది. ఈ రకమైన కథనాన్ని ఆల్టర్నేట్ హిస్టరీ అంటారు. 'ఆల్ట్ హిస్ట్'అనే పొట్టిపేరుని కలిగిన ఈ ప్రక్రియలో అనేకమైన రచనలు వచ్చాయి. ఈ సందర్భంలో 'అమెరికాలో అంతర్యుద్ధం వేరే విధంగా ముగిస్తే ఎలాఉండేది?' అలాగే, 'అమెరికా–ఇంగ్లాండ్ మిత్రపక్షాలు కాకుండా, నాజీలు ప్రపంచ యుద్ధంలో గెలిస్తే ఎలాఉండేది?'వంటి మౌలికమైన ప్రశ్నలకు సమాధానాలను వెతుక్కుంటూ రాసిన కథలు, నవలల గురించి చాలానే చెప్పుకోవచ్చు.

కాలప్రయాణంలో వేరే విశ్వానికి, టైమ్ జోన్ కు ప్రయాణించి, అక్కడి సమాజం గురించి రాసిన కథలు అనేకం ఉన్నాయి. 'కాలప్రయాణంలో ముందుకీ వెనక్కీ, లేదా పక్కకీ వెళ్ళినప్పుడు, మరో చరిత్ర, మరో ప్రపంచాల హద్దులను చేరుకున్నప్పుడు ఎలా ఉంటుంది?' అని శోధించే కథలు కూడా చాలానే ఉన్నాయి. ఫిలిప్ రాత్ నవల 'ది ప్లాట్ ఎగెనెస్ట్ అమెరికా' – అమెరికాలో ఫాసిస్టు గవర్నమెంట్ వస్తే ఎలా ఉంటుందో వర్ణిస్తుంది. మొదటిసారి అట్లాంటిక్ దాటిన విమాన పైలెట్ లిండ్ బర్గ్, రూజ్వెల్ట్ ను ఓడించి అమెరికా ప్రెసిడెంట్ అవుతాడు.

అతని పరిపాలన ఫాసిస్టు పరిపాలనని తలపిస్తుంది... ఇలా ఎన్నో సృజనాత్మక ప్రయోగాలు జరిగాయి. తెలుగు సాహిత్యంలో దాదాపుగా ఇటువంటి ప్రయత్నాలు జరగలేదనే చెప్పుకోవాలి. ఇందుకు చాలా కారణాలున్నాయి. వీటిల్లో – సైన్స్ ఫిక్షన్, అలాగే ప్రత్యామ్నాయ చారిత్రక రచనలను ఆస్వాదించే సంసిద్ధత మన సమాజంలో లోపించడం ప్రధానమైనది.

ఈ దిశలో నావంతు ప్రయత్నాన్ని కొనసాగిస్తూ, కొంతకాలంగా తెలుగులో సైన్స్ ఫిక్షన్ కథలు, నవలలు రాస్తూ వచ్చిన నేను, ఇదే 'ఆల్ట్ హిస్ట్' ప్రక్రియలో 'సమాంతరం' అనే పెద్ద కథ రాశాను. (ఇది నా 'Z సైన్స్ ఫిక్షన్ మరికొన్ని కథలు' సంకలనంలో వుంది). 1947లో స్వాతంత్రం వచ్చిన తర్వాత భారతదేశంలో కమ్యూనిస్టు నియంతృత్వ ప్రభుత్వం అధికారంలోకి వచ్చినట్లు, వాళ్లు క్యాపిటలిస్టు నియంత అయిన రాష్ట్ర ముఖ్యమంత్రిని చంపటానికి ఒక హంతకుడిని హైదరాబాదు పంపినట్లు, అతన్ని పట్టుకోవటానికి అతనిలానే ఉన్న సుబ్రావ్ అనే సెక్యూరిటీ ఆఫీసర్ వెంబడిస్తూ వెళ్లినట్లు, అతను మరో ప్రపంచంలో ప్రవేశించినట్లు, అది కమ్యూనిస్టు ప్రపంచం అయినట్లు, దీనికి ప్రవేశమార్గం (వర్మ్ హోల్ లాంటిది) విజయవాడ హైవేలో ఉన్నట్లు... ఊహించి రాశాను. 'కథ బావుంది' అని కొందరు పాఠకులు అన్నప్పటికీ, 'అర్థం కాలేదు' అనే ఫిర్యాదుని కూడా ఎదుర్కొన్నాను.

సమాంతర విశ్వానికీ, సమాంతర చరిత్రలకీ కొన్ని తేడాలున్నాయి. సమాంతర విశ్వం అంటే క్వాంటమ్ అణువుల విన్యాసాలవల్ల మనలాగే ఉండగల మరొక విశ్వం, లేదా ఎన్నో విశ్వాలు. వీటిని బహుళవిశ్వాలు అనవచ్చు. ఏదైనా సమాంతర విశ్వాన్ని చేరుకోవాలంటే వర్మ్ హోల్ లాంటి పోర్టల్స్ ఉండాలి. ఇలాంటివి 'క్రానికల్స్ ఆఫ్ నార్నియా'లో అల్మైరాలో వుండటం చూస్తాం. హారీ పోటర్ ఫాంటసీ కథల్లో ఫైర్ ప్లేస్ లో వుండటం చూస్తాం. మన ఇతిహాసాలలో పాతాళలోకం, ఇంకా పధ్నాలుగు లోకాలు వున్నట్లు చదువుతాం. అంటే సమాంతరవిశ్వాలు అన్ని సంస్కృతులలో, సాహిత్యంలో ఎప్పుడూ వున్నాయి! అక్కడ మనలాంటి వ్యక్తులు లేదా వేరే విధమైన వ్యక్తులు ఉంటారు. సమాంతర చరిత్ర అంటే బహుళవిశ్వాల ప్రసక్తిలేకుండా, 'ఇలా జరిగి ఉంటే ఏమయ్యేది?' అని ప్రశ్నించుకుంటూ శోధించడం.

ఈ ప్రక్రియలలో, ఆధునిక కాలంలో వచ్చిన తెలుగు రచనలు చాలా తక్కువ

అనే చెప్పాలి. అయితే తెలుగులో పురాణేతిహాసాలలోని కథలని తిరిగి చెప్పిన రచనలు చాలానే ఉన్నాయి; అది మరొక ప్రక్రియ. పురాణాలతో సులభంగా కనెక్ట్ అయ్యే మన పాఠకులు సైన్సుతో, చరిత్రతో అంతగా ఎందుకు కనెక్ట్ కాలేక పోతున్నారు? ఇది ఆలోచించాల్సిన అంశం. సైన్సు, సామాజిక గతిసూత్రాలు, సృజనాత్మకత – ఈ మూడింటినీ సమపాళ్లలో మేళవించగలిగిన కొడవటిగంటి కుటుంబరావు, మహీధర నళినీమోహన్ వంటి ముందుతరాల రచయితల సాహితీ వారసత్వాన్ని, పోనీ బేటన్ ని అందిపుచ్చుకోగల ఉద్దండులు మనకు ఈనాడు లేకపోవడం దురదృష్టకరం.

'ఇంతకీ ఇలాంటి సాహిత్యానికి సామాజిక ప్రయోజనం ఏమిటి? కేవలం వినోదమేనా? మరొక ప్రయోజనం లేదా? ఇవన్నీ కల్పనలేనా?' అంటే కాదనే చెప్పాలి. సామాజిక విలువలు, మానవ హక్కులు – ఇవి పరిస్థితులవల్ల ఎలా మారుతాయి? ఆ పరిస్థితులని ఎలా ఎదుర్కోవాలి?... ఇలాంటివన్నీ ఈ రచనలవల్ల అవగాహనలోకి వస్తాయి. తద్వారా మనం మన ప్రస్తుత చరిత్రనీ, నియంతల అధికార దుర్వినియోగాన్నీ, దేశాలుచేసే దుర్మార్గపు యుద్ధాలనీ, మానవహక్కుల్ని అణిచివేతనూ ఎదుర్కోవటానికి ఒక ఆలోచనాసరళి దొరుకుతుంది. చరిత్రపట్ల మరింత లోతైన అవగాహన, ఒక దిశానిర్దేశం తప్పకుండా జరుగుతాయి. ఇందుకు ఉత్తమ ఉదాహరణలుగా జార్జ్ ఆర్వెల్ రచనలుకొన్ని శాశ్వతంగా నిలిచిపోతాయి. అయితే ఇలాంటి సాహిత్యాన్ని అర్థం చేసుకోవటానికి పాఠకులకి ఎంతోకొంత చారిత్రక అవగాహన ఉండాలి; ఉద్వేగాలకు లోనుకాకుండా వివాదాస్పద అంశాలను చర్చించగల సంసిద్ధత ఉండాలి. ఇట్టి రచనలకు లభిస్తూన్న ఆదరణను గమనిస్తే, పాశ్చాత్య సమాజాల్లోని పాఠకులలో చాలమందికి ఈ లక్షణాలు ఉన్నాయని అనుకోవచ్చు.

నేటి తెలుగు సాహిత్యంలో విరివిగా వస్తూన్న అస్తిత్వ, స్త్రీవాద, మైనారిటీవాదాల కథలను పాఠకులు ఆదరిస్తున్నారు. వీటిని అర్థం చేసుకోవడానికి, చుట్టూ ఉన్న వాస్తవికత, పాఠకుల జీవితానుభవాలు ఆధారంగా నిలుస్తాయి. ఈ సాధనాలు సైన్స్ ఫిక్షన్, స్పెక్యులేటివ్ రచనలను అర్థం చేసుకోవడానికి సరిపోవు. అందుకుగాను సైన్స్, చరిత్రపట్ల అవగాహనతో బాటుగా వాస్తవికత విధించే పరిమితులను అధిగమించే ప్రయత్నం, సరిహద్దులులేని ఊహాశక్తి అవసరం. అయితే రాబోయే రోజుల్లో వీటికి కూడా ఎంతో ఆస్కారం ఉంటుందని నా నమ్మకం.

తెలుగు సాహిత్యంలో ఎవరూ పెద్దగా నడవని ఈ మార్గంలో అడుగుపెట్టి, ఒక విభిన్నమైన ప్రత్యమ్నాయ చారిత్రక కథను మన పాఠకులకు అందించిన మిత్రులు సుధాకర్, జైదీప్ లకు అభినందనలు! ఇది చదివాక స్పెక్యులేటివ్ ఫిక్షన్ లో ఒంటరి పోరాటం చేస్తున్న నాకు భవిష్యత్తులో తెలుగులో ఈ ప్రక్రియలకు అవకాశం, ఆదరణ ఉంటాయనే ఆశాభావం మళ్లీ కలుగుతోంది.

**మధు చిత్తర్వు**

జూలై 10, 2021
హైదరాబాద్

ప్రత్యామ్నాయ చారిత్రక కథ

# రెక్కలు చాచిన రాత్రి

**సహ రచయిత - జైదీప్ ఉణుదుర్తి**

1

బంగాళాఖాతంలో వాయుగుండం; రెండురోజుల్నించీ వర్షం విశాఖపట్నాన్ని ఎడతెరిపి లేకుండా మొత్తేస్తోంది.

అర్ధరాత్రి దాటింది. మహారాణిపేటలో ఉన్న ఆ బంగళా ముందు నల్లటి మెర్సిడీస్ కారు ఆగింది. ఆర్మీ రెయిన్ కోటువేసుకున్న ఒక వ్యక్తికారు దిగి, గబగబా నడిచి వెళ్లి, బంగళా తలుపు తట్టాడు. తాను వింటూన్న బీబీసీ రేడియో ప్రసారాన్ని హడావుడిగా కట్టేసి, లేచి వెళ్లి, తలుపు తీశాడు ఆ అరవై ఏళ్ల వ్యక్తి – 'ఇంత రాత్రప్పుడు ఎవరై ఉంటారా?' అనుకుంటూ. ఎదురుగా కనిపించిన ఆఫీసర్నిచూసి ఆశ్చర్యపోయాడు.

"డాక్టర్ రామన్! మీరు నాతో రావాలి," అన్నాడా ఆఫీసర్.

"రేప్పొద్దున్న రండి మాట్లాడుకుందాం," అంటూ తలుపు మూసెయ్యబోయాడు రామన్. అతని గొంతులో చిరాకు. నిద్ర ముంచుకొస్తోంది.

"ఇప్పుడే, ఈ క్షణంలోనే రావాలి, ఒక ముఖ్యమైన మీటింగుకి," ఆర్మీ మేజర్ దృఢంగా అన్నాడు - ఆ విషయంలో చర్చకి తావులేదన్నట్లు.

"ఏమిటిదంతా? ఎక్కడికి వెళ్లాలి? ఎప్పుడు తిరిగి వస్తాం? నా భార్యకైనా చెప్పాలి కదా! అయినా విషయం ఏమిటో చెప్పకుండా మీటింగుకి రమ్మనడంలో అర్థం లేదు."

ఆ అధికారి స్వరం తగ్గించి, "సుప్రీం కమాండర్ మీతో మాట్లాడాలన్నారు. ఈ సంగతి మీ సతీమణికి కూడా తెలియనక్కర్లేదు".

అప్పుడు రామన్ గమనించాడు. రెయిన్ కోటు ఖాకీదైనా లోపలి యూనిఫాం నల్ల రంగులో ఉంది. కాలర్ మీద పులి తలకాయ బొమ్మ - అటూ ఇటూ వజ్రాయుధాల చిహ్నాలు. మరోమార్గం లేదని రామన్ కి అర్థం అయిపోయింది.

"బట్టలు మార్చుకోవాలి, కూర్చోండి," అన్నాడు, వరండాలో ఉన్న పేము కుర్చీలవైపు చూపిస్తూ.

"ఫరవాలేదు. మీరు త్వరగా రండి," అన్నాడు మేజర్, సిగరెట్టు వెలిగిస్తూ.

❖ ❖ ❖

కారులో కూర్చోగానే, "మీ భార్యకి ఏం చెప్పారు?" అనడిగాడు మేజర్.

"లేబొరేటరీ నుంచి కబురొచ్చిందని చెప్పాను,"

" దాస్ ఇస్ట్ గూట్!"

'మనవాళ్లు జర్మన్ భాష వాడడం పెరిగిపోతోంది - అవసరం ఉన్నా లేకపోయినా' అనుకున్నాడు రామన్.

ఉన్నట్టుండి వర్షం పెద్దదైంది. కారు అద్దాల వెంట చినుకులు ధారలు కడుతూ, ఐమూలగా క్రిందికి సాగుతున్నాయి. లోపల వెచ్చగా ఉందిగానీ బయట రొజ్జగాలి వీస్తూనే ఉందని చెట్లకొమ్మల కదలిక చెబుతోంది.

'మరో రెండు రోజులు వర్షాలు తప్పవు'. రామన్ ఆలోచనలు సాగిపోతున్నాయి

'చిన్న ధూళికణం చాలు, కొన్ని నీటి అణువులను ఒక చోట చేర్చడానికి, అవి నీటిబిందువుల పరిమాణానికి చేరుకోగానే రాలిపడడానికి. ఈనాటి తుపాను ఎప్పుడు, ఎక్కడ మొదలైందో? ఎవరు చెప్పగలరు?'

కారు బీచి రోడ్డు మీదుగా వెళుతోంది.

దూరంగా లంగరు దించిన భారీ యుద్ధనౌక విరజిమ్ముతూన్న దీపాల కాంతి. మెరుపు మెరిసింది. ఆ నౌకకు ఉండే విశిష్ట నిర్మాణం – ఎత్తైన దాని టవర్, డెక్ అంతటా అడవిపంది ముళ్లల్లా పొడుచుకొచ్చిన శతఘ్నులు – క్షణమాత్రంగా కనిపించి మాయమయ్యాయి. అంతలోనే దిక్కులను ఏకంచేస్తూ ఉరుము. ఆరోజు సాయంత్రం యూనివర్సిటీ నుండి వస్తూన్నప్పుడు కూడా దాన్ని చూశాడు.

"అది జర్మన్ యుద్ధనౌక 'స్కార్న్ హార్స్ట్' కదా?" అని మేజర్ని అడిగాడు.

అతడేమీ అనలేదు.

'స్కార్న్ హార్స్ట్' ఇక్కడికెందుకు వచ్చి ఉంటుంది?' రామన్ కి అంతుపట్టలేదు.

నిద్రపోయే సమయంలో లాక్కొచ్చారు. కళ్లు మంట పెడుతున్నాయి.

ఈ మధ్యంతా నిద్ర సరిపోవడంలేదు. పడుకోవడం ఆలస్యం అవుతోంది. ఎప్పటిలాగానే ఆ దినాన కూడా భోజనాలయ్యాక బీబీసీ, బెర్లిన్, సోవియట్ రేడియోల వార్తా ప్రసారాలు విన్నాడు. కనీసం రెండు మూడు భిన్న కేంద్రాల ప్రసారాలు వింటే తప్ప వాస్తవాలు తెలియడంలేదు. ఎవరి ప్రచారాలు వాళ్లవి. దీనికి తోడు రోజుకో పుకారు. నిజాలు ఆ మధ్యలో ఎక్కడో సంచరిస్తూంటాయి. వాటిని పట్టుకోవడం, వెలికి తీయడం రోజురోజుకీ అసాధ్యం అవుతోంది. వార్తలలోని వాస్తవాలను కనుగొనడం మరో శాస్త్రీయ పరిశోధనాంశంగా మారింది.

ఆరోజున కూడా భోజనాలు చేసేటప్పుడు రామన్ ని అతని భార్య అడిగింది – "మన చంద్రా సంగతి ఏమైనా తెలిసిందా?" అని.

చంద్రశేఖర్ యువ భౌతిక శాస్త్రవేత్త. రామన్ కి దగ్గర బంధువు. అమెరికాలో నక్షత్రాలు క్షీణదశకు చేరుకొనే క్రమంపై పరిశోధనలు చేస్తున్నాడు. నెల్లాళ్ల క్రిందట మాయమయ్యాడు.

❖ ❖ ❖

దారి పొడుగునా జర్మన్ మిలిటరీ వారి 'టట్రా' ట్రక్కులు బారుతీరి ఉన్నాయి. వాటిల్లో అతిశీతల ఇంధనాన్ని తరలించే టాంకర్ ట్రక్కులు ఉండడం రామన్

ఆసక్తిని పెంచింది.

కారు ఆగింది. ఆర్మీ వాళ్ల చెక్ పోస్టులాగా ఉంది.

"మీరొక్కసారి కారు దిగాలి. తనిఖీ చేస్తారు," అన్నాడు మేజర్.

రామన్ కి చిరాకొచ్చింది. దిగక తప్పలేదు.

"భద్రతా జాగ్రత్తలు ఎక్కువయ్యాయి. సుప్రీం కమాండర్ ఊళ్లో ఉన్న విషయం ఎవరికీ తెలియకూడదు. కమ్యూనిస్టు విద్రోహుల దాడులు ఉధృతం అయ్యాయి. ఎప్పుడు, ఎక్కడ దాడి చేస్తారో తెలుసుకోవడం రోజురోజుకీ కష్టం అయిపోతోంది," అంటూ సంజాయిషీ ఇచ్చాడు మేజర్.

"మొదట మీ గూఢచార వ్యవస్థని మెరుగు పరచుకోండి. రోజంతా కవాతులు చెయ్యడం, సెల్యూట్లు కొట్టడం కాదు," అన్నాడు రామన్, కారు దిగుతూ. అతనికి ఇరిటేషన్ ఎక్కువవుతోంది.

మేజర్ని చూడగానే "హెయిల్ స్వస్తికా!" అంటూ సెల్యూట్ చేశారు కాపలా కాస్తూన్న సైనికులు.

మేజర్ కూడా "హెయిల్ స్వస్తికా!" అని బదులిచ్చాడు. కారు ముందుకి ఉరికింది.

నాలుగేళ్ల క్రితం హిట్లర్ గుండె పోటుతో మరణించాక జర్మన్లు 'హెయిల్ హిట్లర్' మానుకున్నారు. మనవాళ్లు ఒకప్పుడు 'జై హింద్' అనేవారు; 'హెయిల్ స్వస్తికా' అంటున్నారు. పద్ధతులు మారిపోతున్నాయి – అనుకున్నాడు రామన్.

సుప్రీం కమాండర్ని ఇంతకు ముందు రెండు సార్లు కలుసుకున్నాడతడు.

మొదటిసారి – మూడు నాలుగేళ్ల క్రిందట – అంటే దక్షిణ భారతదేశం జర్మన్ల ఆధీనంలోకి వచ్చిన కొత్తలో - ఆంధ్రా యూనివర్సిటీలో జరిగిన కాన్వొకేషన్ లో. ఆ తరువాత పబ్లిక్ ఫంక్షన్లలో పెద్ద నాయకులు కనిపించడం తగ్గిపోయింది.

పెద్ద భవనం ముందు పోర్టికోలో కారు ఆగింది. మెట్లెక్కి లోపలికి వెళ్లారు. విద్యుద్దీపాల కాంతికి రామన్ కళ్లు అలవాటు పడడానికి ఓ నిమిషం పట్టింది. కోటు జేబులు తడుముకున్నాడు. కళ్లజోడు ఇంట్లో మర్చిపోయాడు. అతడు నిత్యం ధరించే తలపాగా లేకుండా హడావుడిగా రావడం అతనికి ఇబ్బందిగా

అనిపించింది.

"మీరిలా సోఫా మీద కూర్చోండి," అని రామన్ తో అని, హాలుకి ఒక చివర రిసెప్షన్ లో టెలిఫోన్లు ముందుపెట్టుకొని కూర్చున్న యువతి వైపుగా నడిచాడు మేజర్. ఆమె జాపనీస్ అయి ఉంటుంది అనుకున్నాడు రామన్.

వారిద్దరి మధ్యా ఏవో మంతనాలు సాగుతూండగా రామన్ పరిసరాలను పరిశీలించసాగాడు.

అది వలసకాలం నాటి ఆఫీసర్ల క్లబ్బు. పదేళ్ల క్రితం వరకూ భారతీయులకూ, కుక్కలకూ ప్రవేశం ఉండేదికాదు. హాలులో వ్రేలాడే దీపాల గుత్తులు. బాగా మెరుగుపెట్టిన పాతకాలపు ఫర్నిచర్. బర్మాటేకు తాపిన గోడలు. గోడలమీద నాయకుల చిత్రాలు. అన్నిటికన్నా ఎత్తుగా – చేతులు కట్టుకొని బుద్ధిమంతుడిలా నిల్చున్న అడాల్ఫ్ హిట్లర్. దాని క్రిందనే – రెండువైపులా ఫీల్డ్ మార్షల్ హెర్మన్ గోరింగ్, రైక్స్ మార్షల్ రుడాల్ఫ్ హెస్ ల చిత్రాలు, వాటి క్రింద రెండు పెద్ద స్వస్తికా జెండాలు. ఆ గోడపై ఒకచోట వెలిసిపోయినట్లుగా ఒక చతుస్రాకారపు మచ్చ అగుపడుతోంది. అక్కడ కింగ్ జార్జ్ చిత్తరువు ఉండేదా?... కేజీఎచ్ పేరుని కూడా కైజర్ ది గ్రేట్ హాస్పిటల్ గా మార్చేసారు కొత్త పాలకులు.

మాస్కో పతనంతో జర్మనీ, జపాన్లు బ్రిటిష్ ఇండియాలో వాటాకోసం పట్టుబట్టాయి. దక్షిణాది రాష్ట్రాలు జర్మన్ల ఆధీనంలోకి వచ్చాయి. బర్మాలోంచి భారత భూభాగంలోకి ప్రవేశించిన జపాన్ – బెంగాల్, ఈశాన్య ప్రాంతాలను వొదులుకోవడానికి నిరాకరించింది. ఇండియా మూడు ముక్కలైంది.

'టైమెంతయి ఉంటుంది చెప్మా?' అనుకున్నాడు. చూసుకుంటే వాచీ పెట్టుకోవడం కూడా మర్చిపోయాడు.

రామన్ కి కుడివైపున మరో సోఫాలో కూర్చున్న వ్యక్తి పొడుగ్గా, నిటారుగా, కండలు తిరిగి, కమేండోలా ఉన్నాడుగానీ శాస్త్రవేత్తలాగా లేనే లేడు. అతన్ని టైము అడుగుదామనుకుంటూనే అక్కడ ఉన్న గోడ గడియారాల వైపు చూశాడు. అవి ఐదు నగరాల్లోని సమయాలను సూచిస్తున్నవి – అవి వరుసగా – టోక్యో, కలకత్తా, మెడ్రాస్, రోమ్, బెర్లిన్. మెడ్రాస్ సమయం ఒంటిగంటకు ఇంకా పది నిముషాలు ఉందని తెలియజేస్తోంది.

యుద్ధానికి ముందు రోజుల్లో – బ్రిటిష్ ఇండియా ఒకే దేశంగా ఉన్నప్పుడు

– ఢిల్లీ, లండన్ లలో సమయాన్ని చూపించే గడియారాలు మాత్రమే ఉండేవని గుర్తుచేసుకున్నాడు రామన్. 'ఇప్పుడు భారత కాలమానం అంటే మూడు భిన్న కాలాలు. అంతా గందరగోళం. అందుకే అంటారు – కాల మహిమను ఎవరూ ఊహించలేరు,' అనుకున్నాడు.

కమేండోలాగా ఉన్న వ్యక్తి లేచి వచ్చి, "మీరు డాక్టర్ రామన్ కదా?... నా పేరు రాజన్," అంటూ కరచాలనం చేశాడు.

"మీరు శాస్త్రవేత్తా?" అని రామన్ అడిగాడు, అనుమానంగా.

"కాదు. ఆఫీసర్ ఆన్ స్పెషల్ డ్యూటీ, ఆర్మీ నుంచి డెప్యుటేషన్ మీద వచ్చాను – ఈ ప్రాజెక్టు కోసం. మీతో కొంచెం మాట్లాడాలి – చంద్రశేఖర్ గురించి," అన్నాడు.

రాజన్ అనే ఈ వ్యక్తి గూఢచార వ్యవస్థలో పనిచేస్తున్నాడని రామన్ గ్రహించాడు. అది అతని అసలు పేరో, కాదో?

"అలాగే. మావాడు సేఫ్ గా ఉన్నాడు కదా?"

"మాకు తెలిసి సేఫ్ గానే ఉన్నాడు..." అంటూ ఇంకా ఏదో చెప్పబోయాడుగానీ మేజర్ వాళ్లను సమీపించడంతో ఆగిపోయాడు.

ఒక ఫైలు తెరిచి రామన్ చేతిలోపెట్టి, "అయ్యా, మీరిక్కడ ఒక చిన్న సంతకం పారెయ్యండి," అన్నాడు, మేజర్.

పై పేజీమీద 'టాప్ సీక్రెట్' అని, దాని క్రిందనే జర్మన్ భాషలో, ఫ్రాక్టుర్ అక్షరాలలో – 'అనుమతి లేకుండా వెల్లడి చేస్తే మరణదండన' అని వ్రాసి ఉంది. రామన్ కి కొంచెం జర్మన్ వచ్చును. సైన్సు విద్యార్థులు జర్మన్ నేర్చుకోవడమూ, ఆర్ట్స్ చదివే వాళ్లు ఫ్రెంచి భాషలో ప్రవేశం కలిగి ఉండడం సంయుక్త బ్రిటిష్ ఇండియాలో ఆనవాయితీగా ఉండేది.

మారు మాట్లాడకుండా సంతకం చేశాడు.

"మరో ఐదు నిమిషాలలో మీరు మీటింగులో జాయిన్ అవుతారు," అన్నాడు మేజర్.

"మీటింగులో ఎవరెవరున్నారు? అయినా దేనిగురించి ఈ అర్ధరాత్రి మీటింగు?"

"నాకూ తెలీదు. మిమ్మల్ని ఒంటిగంటలోగా ఇక్కడికి తీసుకొచ్చి అప్పజెప్పడమే నా పని,"

"నన్ను ఇంటికి ఎవరు దిగబెడతారు?" అన్నాడు రామన్ అదుర్దాగా.

"అదిగో, ఆ అమ్మాయికి చెప్పండి. ఏర్పాట్లు చేస్తుంది. ఆమెకు ఇంగ్లీషు వచ్చు. మీటింగు ఎప్పుడు ముగుస్తుందో తెలీదు. నేనింక ఇక్కడ ఉండకూడదు. బయలుదేరుతాను," అంటూ లేచాడు మేజర్.

మరి కాసేపట్లో ఆ జాపనీస్ యువతి, తియ్యని గొంతుతో –

"డాక్టర్ రామన్ సాన్! యు మే న్ నౌ జాయిన్ ది మీటింగ్," అంది.

మెషీన్ గన్లు పట్టుకున్న సెంట్రీలు నగిషీలు చెక్కిన పెద్ద చెక్క తలుపులు తెరిచారు.

పొడుగాటి టేబిలు. అటూ ఇటూ జపాన్, జర్మన్ బృందాలు. టేబిలు కొసన కూర్చున్న నేతాజీ సుభాష్ చంద్ర బోస్. అతని ముఖం ఎప్పటిలాగానే లోలోపలి ఆత్మవిశ్వాసాన్ని ప్రతిఫలిస్తూ వెలిగిపోతూన్నది. రామన్ ని చూడగానే, లేచి నిలబడి, ఆప్యాయంగా పలకరించి, కరచాలనం చేశాడు.

"మీరు ఈ మీటింగు కోసం విలువైన మీ సమయాన్ని వెచ్చించడం మాకు సంతోషంగా ఉంది," అన్నాడు.

"నాకు వేరే ఛాయిస్ ఉందని నేను అనుకోలేదు," అన్నాడు రామన్.

రామన్ మాటల్ని జోక్ గా భావించి, నేతాజీ పెద్దగా నవ్వాడు. విషయం అర్థం కాకపోయినా మిగతావాళ్ల ముఖాల్లో కూడా నవ్వులు వికసించాయి. నేతాజీ స్వయంగా లేచి రామన్ కి స్వాగతం చెప్పడం చూసి అంతా లేచి నిల్చున్నారు; నేతాజీకి ఎడమవైపున ఉన్న వరుసలో తొలి స్థానంలో కూర్చున్న ఒక వ్యక్తి తప్ప. అతడు తన పల్చటి కళ్లజోడు ఫ్రేము లోంచి రామన్ని ఎగాదిగా చూస్తున్నాడు. అతని మొహంలో ఏ భావనా లేదు.

రామన్ అతన్ని గుర్తుపట్టాడు.

'ఇదేదో చాలా ముఖ్యమైన మీటింగు అయి ఉంటుంది, సందేహం లేదు' అనుకున్నాడు, నేతాజీకి కుడివైపు ఉన్న వరసలోని మొదటి కుర్చీలో కూర్చుంటూ.

నేతాజీ, రామన్ని అక్కడున్నవాళ్లకి సగౌరవంగా పరిచయం చేశాడు –

"ఈయన డాక్టర్ సీ.వీ. రామన్. అత్యున్నత శ్రేణికి చెందిన భారతీయ భౌతికశాస్త్రవేత్త. నొబెల్ బహుమతి గ్రహీత. ఆయన పరిశోధనలకు ప్రపంచమంతటా గుర్తింపు లభించింది. గతంలో కూడా అనేక సందర్భాలలో మా ప్రభుత్వం డాక్టర్ రామన్ గారిని సంప్రదించింది. వారిచ్చిన అమూల్యమైన సలహాలను తీసుకుంది. ఈ ప్రాజెక్టులో భారతీయ బృందానికి ఆయన నాయకుడిగా వ్యవరిస్తారు. డాక్టర్ సత్యేంద్రనాథ్ బోస్ రేపు వస్తున్నారు. ఈ మీటింగు ముగిసాక మిగతా సభ్యులను రామనే ఎంచుకుంటారు. ఆయనకి అవసరమైన నిధుల్నీ, వనరుల్నీ అందజేస్తామని ప్రభుత్వం తరఫున హామీ ఇస్తున్నాను,"

"ఎట్టోర్ మేజొరానా ఎక్కడ? ఇటాలియన్ బృందం రాలేదా?" అని ప్రశ్నించాడు, హిమ్లర్ ప్రక్కన ఒక కుర్చీని ఖాళీగా వదిలి రెండో చోట కూర్చున్న వ్యక్తి. అతన్ని రామన్ గుర్తుపట్టాడు; జర్మన్ అణుశాస్త్రవేత్త హైసెన్ బర్గ్.

నేతాజీ, "నిన్ననే ఊళ్లోకి వచ్చారు. లంచిలో రొయ్యలు తిన్నారు. వాళ్లెవరికీ అవి పడలేదు. వాంతులు, విరేచనాలు పట్టుకున్నాయి. డాక్టర్లు ట్రీట్ చేస్తున్నారు. రేపటి సమావేశంలో పాల్గొంటారు. ఇక్కడున్న జర్మన్, జాపనీస్ బృందాల సభ్యులు మరి కాసేపట్లో ఎవరికివారే తమ పరిచయాలను చెప్పుకుంటారు. అయితే ముందుగా నేటి ప్రత్యేక అతిథి, ఆహ్వానితుడూ అయిన రైక్స్ మార్షల్ హైనిరిక్ హిమ్లర్ ని, ప్రసంగించాల్సిందిగా కోరుతున్నాను," అంటూ ముగించాడు నేతాజీ. అందరూ చప్పట్లు కొట్టారు.

ఆ సభలో జరుగుతూన్న సంభాషణలను దుబాసీలు చకచకా అనువదిస్తున్నారు. స్టెనోలు ప్రతీ మాటనీ శ్రద్ధగా షార్ట్ హేండ్ లో వ్రాసుకుంటున్నారు. వాళ్లంతా చాకుల్లాంటి ఆడపిల్లలే. హిమ్లర్ లేచి నిలబడి మాట్లాడడం మొదలుపెట్టాడు –

"ప్రసిద్ధికెక్కిన భారతదేశానికి రావడం నాకిదే మొదటిసారి. భవిష్యత్తులో ఈ ప్రాజెక్టుని సమీక్షించడానికి నేను రావాల్సి ఉంటుంది. ఈ ప్రాజెక్ట్ కోడ్ నేమ్ – 'నాఖ్ట్ ఫ్లూగెల్'. ఇంగ్లీషులో 'నైట్ వింగ్'. మీకు దీని నేపథ్యం చెప్పాలి. మీ అందరికీ తెలుసు, బోల్షెవిక్కులతో యుద్ధం కొనసాగుతూనే ఉంది. ఓటమి తప్పదని తెలిసి కూడా వాళ్లు మూర్ఖంగా పోరాడుతూనే ఉన్నారు. యూరల్ పర్వతశ్రేణి వెనక్కి పారిపోయిన సోవియట్ రెడార్మీ నేడు గెరిల్లా యుద్ధం

చేసే స్థాయికి దిగజారింది. సైబీరియన్ గ్యాస్ వారికి ప్రధానమైన ఇంధనంగా మారింది. చలిని తట్టుకోవడానికీ, విద్యుత్తుని ఉత్పత్తి చేసుకోవడానికీ, పరిశ్రమలు నడపడానికీ గ్యాస్ నిధులు వారికి ఉపయోగపడుతున్నాయి. కొత్త ఆయుధాలను నిర్మించే ప్రయత్నాలు, పరిశోధనలు చేస్తున్నట్లు మాకు సమాచారం అందింది. ప్రవాసంలో ఉన్న సోవియట్ ప్రభుత్వం బలపడేలోగా బోల్షివిక్కులని కోలుకోలేని విధంగా దెబ్బతీయడానికై 'అద్భుత ఆయుధం' (వండర్ వాఫెన్) ప్రయోగించడానికి రైక్ ప్రభుత్వం నిర్ణయించింది. మరోవైపున – గ్రేట్ బ్రిటన్ తో సంధి చేసుకున్నట్లుగానే అమెరికాతో కూడా ఒప్పందం కుదుర్చుకొని, సోవియట్ యూనియన్ కి అందుతూన్న సహాయ సహకారాలని పూర్తిగా నిలుపుజేసే ప్రయత్నం త్వరలోనే విజయవంతం కాబోతున్నది. ఇంకెంతో కాలం బోల్షివిక్కులు ఒంటరి పోరాటం చెయ్యలేరు. శత్రువుల కదలికపై నిఘా పెట్టడానికీ, వాళ్ల స్థావరాలను నిర్మూలించడానికీ 'అద్భుత ఆయుధం' తన పేరుకి తగ్గట్టుగా పనిచేస్తుంది. అత్యుత్తమ స్థాయికి చెందిన జర్మన్, ఇటాలియన్ శాస్త్ర పరిజ్ఞానం జాపనీయ శాస్త్రవేత్తలతో చేతులు కలిపేందుకు మధ్యస్థంగా ఉన్న భారతదేశమే సానుకూలమైన గడ్డ అవుతుంది. ఈ ఆలోచనతోనే ఈ ప్రాజెక్టుని ఇక్కడ నిర్వహించాలని నిర్ణయించడం జరిగింది."

అంతటా చప్పట్లు. హిమ్లర్ తన ప్రసంగాన్ని కొనసాగించాడు.

"మనందరి లక్ష్యం ఒక్కటే. బోల్షివిజానికి సమాధి కట్టాలి. అందుకు మీరంతా రాత్రింబవళ్లు పనిచెయ్యాలి. ఒక కొత్త అంతరిక్షశాస్త్రాన్ని ఆవిష్కరించాలి. మనమంతా ఆర్యులం. ఉత్తమ జాతికి చెందిన వాళ్లం. రష్యన్లు, స్లావ్ లు అధమజాతి మానవులు; నీగ్రోలు, యూదులు, జిప్సీల కోవకే చెందుతారు. మనుష్యులు ఎన్నటికీ సమానంకారనీ, పుట్టుకతోనే హెచ్చుతగ్గులుంటాయనే గొప్ప సత్యాన్ని ఇక్కడి పూర్వీకులు తెలుసుకున్నారు. అందుకే నేను ప్రాచీన భారతీయ వారసత్వానికి అభిమానిని. ఆ మాటకొస్తే నా జేబులో ఎల్లప్పుడూ..."

హిమ్లర్ మాట్లాడుతున్నప్పుడు నేతాజీ మొహం కోపంతో ఎర్రగా మారడాన్ని రామన్ గమనిస్తూనే ఉన్నాడు. నేతాజీ అరచేతితో టేబిల్ మీద కొట్టి,

"ఇక్కడ రాజకీయ ఉపన్యాసాలు వద్దు. సైన్సుకే పరిమితం అవుదాం," అన్నాడు, జర్మన్ లో.

నేతాజీ ముందున్న మైక్ ఆన్ లో ఉంది. దాంతో అతని మాటలు అందరికీ

వినబడిపోయాయి.

హిమ్లర్ విషపునవ్వు నవ్వి,

"ఇక్కడికొచ్చిన హేమాహేమీలైన శాస్త్రవేత్తలకు సైన్సు పాఠాలు బోధించడానికి నేను రాలేదు. ఈ ప్రాజెక్టు యొక్క ప్రాముఖ్యతను తెలియజేయడానికే వచ్చాను. మీకు కావాల్సిన అన్ని వనరులనూ అందజేస్తాం అని థర్డ్ రైక్ తరపున హామీ ఇవ్వడానికి వచ్చాను. జర్మన్ బృందానికి నాయకుడైన వెర్న్ హెర్ వోన్ బ్రౌన్ గురించి ఇక్కడున్నవాళ్లలో చాలామందికి తెలుసు గనక చాలా క్లుప్తంగా పరిచయం చేసి ముగిస్తాను. వోన్ బ్రౌన్ చేసిన పరిశోధనలు, నిర్వహించిన ప్రయోగాలు – వీటి మూలంగానే ద్రవరూపంలో ఉండే అతిశీతల ఇంధనాన్ని వినియోగిస్తూ, సుదూర ప్రాంతాలకు ప్రయాణించగల రాకెట్ల రూపకల్పన, నిర్మాణం సాధ్యపడింది. శత్రు మూకలను గడగడలాడించిన ఏ-4 రాకెట్ల ప్రయోగం వోన్ బ్రౌన్, అతని బృందం చేసిన కృషి ఫలితమే. వాటినే మన శత్రువులు వీ-2 రాకెట్లు అని పిలుస్తారని మనకు తెలుసు. అయితే ఇటీవలి కాలంలో ఆ రాకెట్ల రూపకల్పనలో అనేకమైన కొత్త అంశాలను వోన్ బ్రౌన్ బృందం జోడించింది. మీరంతా కొత్తగా రూపొందించిన రాకెట్ ప్రయోగాన్ని చూస్తారు. ఆ ఏర్పాట్లలో అతడు తలమునకలుగా ఉన్నాడు. ఇదిగో, ఇప్పుడే మీ ముందుకి వస్తున్నాడు..."

చేతులకు అంటుకున్న గ్రీసుని తుడుచుకుంటూ, ఓవరాల్స్ ధరించి ఉన్న వోన్ బ్రౌన్ లోపలికి వచ్చి హిమ్లర్ ప్రక్కనే కూర్చున్నాడు. అంతా మళ్లీ చప్పట్లు కొట్టారు.

"వ్యూహ రీత్యా ఈ 'నైట్ వింగ్' ప్రాజెక్టు అత్యంత కీలకమైనది. దాని విజయం కోసం అన్ని వనరులు, ఏర్పాట్లు చేస్తామని మరోసారి హామీ ఇస్తున్నాను. అయితే సత్వర ఫలితాలు కావాలి. తగిన ఫలితాలు రాకపోతే కఠినమైన చర్యలు తీసుకుంటామని ముందుగానే హెచ్చరిస్తున్నాను," ఇక్కడ హిమ్లర్, స్టెనో వైపు తిరిగి,

"ఈ వాక్యాలను సరిగ్గా నమోదు చేసుకో," అని కూర్చున్నాడు.

రామన్ మదిలో ఒక సారూప్యం మెదిలింది – 'మేకతోలు కప్పుకున్న తోడేలు'.

ప్రక్కన, మరో టేబిలు మీద తెల్లటి కోట్లు, తలపాగాలు ధరించిన స్టూవర్డ్ లు చడీ చప్పుడూ చెయ్యకుండా ప్లేట్లు, కత్తులు, కటార్లు, సాండ్విచ్ లు, కేకులు, పళ్లు సర్దుతున్నారు. కాఫీ వాసన హాలంతా అలుముకుంది. ఈమధ్య కాలంలో నాణ్యమైన కాఫీ, పళ్లూ అందుబాటులో లేకుండాపోయాయి. అన్నీ సైన్యానికే సరఫరా అవుతున్నాయి.

'వెళ్లేటప్పుడు నాలుగు ఆపిల్సూ, కమలాలూ తీసుకుపోవాలి, భార్య సంతోషిస్తుంది,' అనుకున్నాడు రామన్.

జర్మన్ బృందానికి నాయకుడైన వెర్నెర్ వోన్ బ్రౌన్ లేచి తన ప్రసంగాన్ని మొదలుపెట్టాడు.

"ఈ రోజు ఒక చారిత్రక దినం. మనమంతా అంతరిక్ష శాస్త్రానికి శ్రీకారం చుడుతున్నాం. డాక్టర్ రామన్ మనతో వచ్చి చేరడం ఒక శుభ సూచకం. దక్షిణ భారత దేశానికి ఈ ప్రాజెక్టులో ఒక ప్రముఖ స్థానం ఉన్నది. రాకెట్లను ప్రయోగించి కక్షలో సమర్థవంతంగా ప్రవేశపెట్టాలంటే, వాటి ప్రయోగం భూమధ్య రేఖకు చేరువలోనే జరగాలి. భూభ్రమణం మూలంగా ఏర్పడే రేఖావేగం (లీనియర్ వెలాసిటీ) ధృవాలవద్ద శూన్యంగానూ, భూమధ్యరేఖవద్ద అత్యధికంగానూ ఉంటుందని మనకు తెలుసు. రేఖావేగాన్ని జోడించుకున్న రాకెట్, ఒడిసెలతో రువ్వినట్లుగా కక్షలోకి దూసుకుపోతుంది. మిత్ర దేశాలైన జర్మనీ, ఇటలీ, జపాన్, దక్షిణ భారత దేశాల్లో కేవలం ఈ దేశానికే భూమధ్య రేఖకు సమీపంగా ఉండే వెసులుబాటు ఉంది...". ఈ విధంగా సాగిపోయింది అతని ప్రసంగం.

'నైట్ వింగ్' ప్రాజెక్టుని ఇండియా కు తరలించడం వెనుక హిమ్లర్ చెప్పిన రాజకీయ కారణాలు కాకుండా శాస్త్రబద్ధమైన మూలాలు ఉన్నాయని రామన్ గ్రహించాడు.

వాన్ బ్రౌన్ ప్రసంగం పూర్తి కాగానే బోస్,

"ఇక మీదట శాస్త్రవేత్తలు ఈ సమావేశాన్ని కొనసాగిస్తారు. మరోసారి మీ అందరికీ ధన్యవాదాలు. మీపై చరిత్ర ఉంచిన కర్తవ్యాన్ని నెరవేరుస్తారని నాకు గట్టి నమ్మకం ఉంది," అని ప్రకటించాడు. హిమ్లర్ని వెంటబెట్టుకొని బయటకు నడిచాడు. అంతా లేచి నిలబడ్డారు.

సమావేశాన్ని నిర్వహించే బాధ్యతని తీసుకున్న వాన్ బ్రౌన్, "ఇప్పుడు కాసేపు కాఫీ బ్రేక్," అన్నాడు.

## 2

బ్రేక్ లో రామన్ సౌతిండియన్ ఫిల్టర్ కాఫీ కావాలని అడిగాడు. ఐదు నిమిషాలు ఆగాక ఒక బట్లర్ ఆయన కోరిన కాఫీని అందజేశాడు. కప్పు అందుకొని వాన్ బ్రౌన్ వైపుగా నడిచాడు రామన్.

వోన్ బ్రౌన్ – రామన్ తో, "మీరు ఈ ప్రాజెక్టులోకి రావడం మాకు చాలా ఆనందంగా ఉంది," అంటూ కరచాలనం చేసాడు.

వాళ్లిద్దరి చుట్టూ మరి కొంతమంది శాస్త్రవేత్తలు గుమిగూడారు.

"...నేను ఏమంటున్నాంటే – జియో స్టేషనరీ ఆర్బిట్ లో ఉపగ్రహాన్ని ప్రవేశపెట్టినప్పుడు అది మనకు కావల్సిన చోట స్థిరంగా ఉంటుంది," అంటూ వోన్ బ్రౌన్ టేబిల్ పైనుంచి ఒక ఆపిల్ నీ, ఒక ద్రాక్ష పండునీ తీసుకున్నాడు. ఒక చేత్తో ఆపిల్ ని నెమ్మదిగా తిప్పుతూ రెండవ చేత్తో పట్టుకున్న ద్రాక్షపండుని కాస్త ఎడంగా పెట్టి తిప్పాడు.

"అంటే ఉపగ్రహం కూడా భూమి తన చుట్టూ తాను తిరిగే వేగంతోనే తిరుగుతూ, సాపేక్షికంగా ఒకే నిర్దిష్ట స్థానంపై కొనసాగుతుంది. నిజానికి దీన్ని మొట్టమొదట ప్రతిపాదించినది ఆర్థర్ సీ. క్లార్క్ అనే యువ సైన్స్-ఫిక్షన్ రచయిత," అన్నాడు వోన్ బ్రౌన్ నవ్వుతూ.

"సైన్స్-ఫిక్షన్ రచయితా?" రామన్ ఆశ్చర్యపోయాడు.

"అవును. దేన్నయినా ఊహించగలిగితే చాలు, టెక్నాలజీ ద్వారా దాన్ని సృష్టించగల యుగంలో ఉన్నాం మనం. జియో స్టేషనరీ ఆర్బిట్ సాధ్యమేనని మా అంచనాలు తెలిపాయి. అతితక్కువ ఇంధనంతో ఉపగ్రహాన్ని ఆ కక్షలో ప్రవేశపెట్టేందుకు భూమధ్య రేఖకు దగ్గరనుండే రాకెట్ ప్రయోగం జరగాలి. అందుకే ఇండియాకు ఈ ప్రాజెక్టులో కీలక స్థానం,"

"అది నాకు అర్థం అయిందిలేగానీ మీ జర్మన్ టీం ఎన్నాళ్లుగా ఈ ప్రాజెక్ట్ మీద పనిచేస్తోంది?" రామన్ అడిగాడు.

"గత రెండేళ్లుగా. నిజానికి మేము ఇండియా రావడం ఇది రెండో సారి. మొదటిసారి వచ్చినప్పుడు ఉపగ్రహ రాకెట్ ప్రయోగానికి మెద్రాస్ దగ్గర ఉన్న శ్రీహరికోట అనే ప్రదేశం అనుకున్నాంగానీ, చిత్తడి నేల, దోమలూను. మలేరియా ప్రాంతం. మరో ఊరిని ఎన్నుకున్నాం,"

"ఎక్కడ?"

"ఇక్కడికి దగ్గరలోనే ఉన్న గంగవరం అనే కోస్తాగ్రామం. ట్రాకింగ్ సెంటర్ విశాఖపట్నంలో ఉంటుంది,"

"ఇటాలియన్లు కూడా మీతో రెండేళ్లుగా పనిచేస్తున్నారా?"

"ఓ యెస్," వోన్ బ్రౌన్ గొంతులో గర్వం.

"అంటే మాకే ఆఖర్న చెప్పారన్న మాట," రామన్ స్వరంలో అలక.

"అబ్బే, మిమ్మల్ని దూరం పెట్టాలని కాదు. జాపనీస్ టీం కూడా ఇప్పుడే ఈ ప్రాజెక్టులో చేరింది. అవసరం మేరకే సమాచారం పంచుకోమని హిమ్లర్ ఆదేశం," అని సర్దిచెప్పాడు వోన్ బ్రౌన్.

కాఫీ విరామం ముగియబోతోంది. అంతలో రాజన్ హడావుడిగా వచ్చి, రామన్ తో –

"ఒక్కసారిలా నాతో రండి. మనం విడిగా ఓ ఐదు నిమిషాలు మాట్లాడుకోవాలి," అని ఒక చిన్న గదిలోకి తీసుకెళ్లాడు. అక్కడ నాలుగు కుర్చీలూ, ఒక చిన్న టేబిలూ ఉన్నాయిగానీ, నిల్చొనే మాట్లాడుకున్నారు. ఇద్దరి చేతుల్లోనూ కాఫీ కప్పులు.

కోటు జేబులోంచి ఒక ఫొటోతీసి రామన్ కి అందజేసాడు రాజన్.

దాంట్లో చంద్రా, ఐన్ స్టైన్, ఇంకా కొంతమంది ఉన్నారు.

"అలాస్కాలోని ఏంఖరేజిలో జరిగిన కాంఫరెన్స్ లో తీసినది. ఆ సమావేశం పూర్తి కాగానే ఐన్ స్టైన్ వెంట, సోవియట్ల సహకారంతో, ఫిషింగ్ బోట్లో బేరింగ్ జలసంధి దాటుకొని సైబీరియా వెళ్లిపోయాడు మీవాడు".

కాసేపు మౌనంగా ఉన్నాక రామన్ –

"ఇప్పుడేం చెయ్యమంటారు?" అని అడిగాడు.

"మీరతన్ని ఏదో ఒక మిష మీద ఇక్కడికి రప్పిస్తే మిగతాది మేము చూసుకుంటాం. అతని సేవలు ఈ ప్రాజెక్టుకి అవసరం," అన్నాడు రాజన్.

"రప్పించడం – అంటే? అయినా చంద్రా అక్కడున్నాడని సోవియట్ అధికారులెవరూ ఒప్పుకోరు కదా?"

"పది రోజుల క్రితం 'ప్రావ్దా'లో వచ్చింది," అంటూ మడతపెట్టిన 'ప్రావ్దా' కాపీని తన కోటు జేబులోంచి తీసి అందజేసాడు.

రాజన్ చూపించిన పేజీలో ఒక గ్రూప్ ఫొటో కనిపించింది. రామన్ కి రష్యన్ రాదు.

"'సోవియట్ ప్రభుత్వానికి సహకరిస్తూన్న అంతర్జాతీయ శాస్త్రవేత్తల బృందం' అనే శీర్షికతో వచ్చిన ఈ గ్రూప్ ఫొటోలో మీవాడు కూడా ఉన్నాడు – ఇదిగో చూడండి," అన్నాడు రాజన్.

ఐన్ స్టీన్, క్లాస్ ఫ్యూక్స్ ల సరసనఉన్న చంద్రాని గుర్తుపట్టాడు రామన్. 'ఎప్పుడూ లేనిది, గెడ్డం పెంచాడు,' అనుకున్నాడు.

"స్విట్జర్లాండ్ లోని సోవియట్ రాయబార కార్యాలయానికి ఉత్తరం రాయండి. అతని తల్లి ఆరోగ్యం బాగోలేదనీ, ఒక్కసారి వచ్చి, చూసి పొమ్మనీ రాయండి,"

"అతన్ని రానిస్తారా?"

"రెడ్ క్రాస్ ద్వారా ఏర్పాటు చేద్దాం. ఇక్కడికి రాగానే – సోవియట్ ఏజెంట్లు బలవంతంగా తనని ఎత్తుకు పోయారని ప్రెస్ స్టేట్మెంటు ఇప్పిద్దాం,"

"ఇదంతా గందరగోళంగా ఉంది,"

"మీరా ఉత్తరం రాయండి. మిగతాది మేము చూసుకుంటాం."

"నేను ఉత్తరం రాసినంత మాత్రాన సోవియట్ అధికారులు స్పందిస్తారా?"

"తప్పకుండా స్పందిస్తారు. మీకున్న పేరు ప్రఖ్యాతులు అట్లాంటివి,"

'వీడు నన్ను మునగ చెట్టు ఎక్కిస్తున్నాడు' అనుకుంటూ, "సరే, అలాగే చేద్దాం," అన్నాడు రామన్.

"మరొక్క విషయం. చంద్రాని తొందరగా రప్పించకపోతే అతని ప్రాణాలకే ముప్పు," రాజన్ హెచ్చరించాడు.

"ఎవరినుంచి?" – రామన్ గొంతులో ఆందోళన.

"నక్కజిత్తుల బోల్షెవిక్కుల్ని నమ్మలేం. సోవియట్ ప్రభుత్వంతో సహకరించేవాళ్లని నాజీలు మాత్రం విడిచిపెడతారా?"

ఈ రాజన్ సామాన్యుడు కాదనీ, తన మెడమీద కత్తి పెడుతున్నాడని రామన్ కి అర్థం అయింది.

"అవును. ప్రత్యర్థులను మట్టుపెట్టడంలో నాజీలను మించినవాళ్లు లేరు. లక్షల సంఖ్యలో యూదుల్ని హతమార్చడం వెనుక హిమ్లర్ హస్తం ఉందని విన్నాను. నిజమేనా?"

రాజన్ ఉలిక్కిపడి చూశాడు. "ఎక్కడ విన్నారు?" అని అడిగాడు, రామన్ కళ్లల్లోకి నిశితంగా చూస్తూ.

"సోవియట్ రేడియో..." రామన్ గొంతులో సవాలు ధ్వనించింది.

"మీరు సోవియట్ రేడియో చేసే ప్రచారాలని నమ్ముతారా? మీకు తెలిసే ఉంటుంది, వాటిని వినకూడదని నిషేధాజ్ఞలున్నాయి. స్టాలిన్ ఎంతమందిని చంపించాడో మీరు కనీసం అంచనా కట్టగలరా?" అన్నాడు రాజన్ కటువుగా.

రామన్ కి సమాధానం దొరికిపోయింది.

"సైబీరియాలో ఏమవుతోంది?" అని రామన్ అడిగాడు.

“మాస్కో పతనమయ్యేముందు సోవియట్ సైనికులు, పౌరులు అసంఖ్యాకమైన ఫాక్టరీలను పూర్తిగా ఊడదీసి, రైళ్లల్లో ఎక్కించి సైబీరియా పట్టుకుపోయారు. అక్కడ వాటిని మళ్లీ నిర్మించుకున్నారు. ఆ విధంగా తరలించిన వాటిల్లో ఎన్నో కళాఖండాలు, వాళ్లకు ప్రియమైన వస్తువులూ ఉన్నాయి; లెనిన్ శరీరం కూడా ఉన్నది. మాస్కో యూనివర్సిటీ అక్కడే ఎక్కడో పనిచేస్తున్నదని ప్రవాస ప్రభుత్వం చెబుతోంది,”

"ఇవన్నీ అందరికీ తెలిసినవే," అన్నాడు రామన్, అసహనంగా.

రాజన్ గొంతు తగ్గించి –

"ఎవరికీ తెలియని విషయాలు కొన్ని ఉన్నాయి. 'వెయ్యి సూర్యులు' అనే టాప్ సీక్రెట్ ప్రాజెక్ట్ లో పనిచేస్తున్నారని మన గూఢచారుల ద్వారా తెలిసింది. యురేనియంని శుద్ధి చేసేందుకు బ్రహ్మాండమైన సెంట్రిఫ్యూజ్ లను

నిర్మిస్తున్నట్లుగా మాకు సమాచారం అందింది. చూడడానికవి గ్యాస్ పైపులైన్ల లాగానే ఉంటాయి. ఐన్ స్టైన్ తమ ప్రధాన సలహాదారుడిగా, డాక్టర్ విటాలీ ఖ్లోపిన్ నాయకత్వంలో ఉన్న సోవియట్ శాస్త్రవేత్తల బృందానికి ఓపెన్ హైమెర్ తో సత్సంబంధాలు కొనసాగుతున్నాయని మాకు తెలిసింది. మీకిచ్చిన ప్రాజెక్ట్ బ్రీఫ్ లో వివరాలుంటాయి. సోవియట్ మిలిటరీ వారి రేడియో సంకేతాలను కొన్నిటిని ఛేదించగలిగాం. వాటిల్లో - 'సిటీ-40', 'ప్రాజెక్ట్-1', 'లేబోరేటరీ-2' ఇటువంటి మాటలే ఉన్నాయి. అవెక్కడున్నాయో, అక్కడ ఏమి జరుగుతోందో అంతుచిక్కడం లేదు,"

"గూఢచార విమానాలను పంపి తెలుసుకోవచ్చుకదా?"

"అబ్బే! అవి అంత దూరం ఎగరలేవు. మాస్కో మన చేతిలో ఉందని చెప్పుకోవడమేగానీ గెరిల్లాల దాడుల మూలంగా విమానాశ్రయాన్ని వినియోగించుకోలేకపోతున్నాం. గెరిల్లాలకి స్థానికుల తోడ్పాటు ఉంది,"

"ఉంటుంది మరి,"

"'నైట్ వింగ్' ప్రాజెక్ట్ యొక్క ప్రధాన లక్ష్యం, సోవియట్ మిలిటరీ పరిశోధనలపై నిఘా పెట్టడం, వాటిని అంతం చెయ్యడమే. ఇంకా చెప్పాలంటే తక్షణ లక్ష్యం 'సిటీ-40' ని గుర్తించడం, ధ్వంసం చెయ్యడం," అన్నాడు, రాజన్.

రాజన్ అన్నదాంట్లో 'వెయ్యి సూర్యులు' అనే మాట రామన్ కి ఆసక్తి కలిగించింది.

ఇద్దరూ మళ్లీ హాలులోకి నడిచారు. అప్పటికే అక్కడ ఒక వైపున మిలిటరీవారి ఫొటోగ్రాఫర్లు, ఫిల్మింగ్ క్రూ గుమిగూడి ఉన్నారు.

మరి కాసేపట్లో వోన్ బ్రౌన్, "మిత్రులారా! ఇప్పుడు మీరు అంతరిక్ష శాస్త్రానికి దారిచూపే వీ-టూ రాకెట్ ప్రయోగాన్ని చూస్తారు," అని అన్నప్పుడు శాస్త్రవేత్తలందరినీ ఒక ఉత్తేజం ఆవహించింది. వోన్ బ్రౌన్ వదనంలో మాత్రం విసుగుదల, అలసట కనిపించాయి.

'వీ-టూ రాకెట్ టెక్నాలజీని 'నైట్ వింగ్' ప్రాజెక్ట్ కోసం వినియోగించే ప్రయత్నంలో జర్మన్లు ఉన్నారు. బహుశా వీటిని జర్మన్ నౌకా దళానికి చెందిన ఓడ 'స్కార్న్ హార్స్ట్'లో ఇక్కడికి తరలించి ఉంటారు. తమ ప్రతిభను చాటుకోవడం - ఈ డ్రామా అంతా. దీని వెనుక హిమ్లర్ హస్తం ఉండేఉంటుంది, సందేహం

లేదు – అనుకున్నాడు రామన్. జర్మన్ల ప్రణాళికనీ, దాన్ని అమలుచెయ్యడంలో వారి సామర్థ్యాన్ని అభినందించకుండా ఉండలేకపోయాడు.

వోన్ బ్రౌన్ కి అభినందనలు తెలియజేసినప్పుడు, అతడు –

"ఈ ప్రయోగం చాలాసార్లు చేశాంగానీ ప్రతీ సారీ కొత్త ఫీచర్లు చేరుతూ ఉంటాయి – డిజైన్లో," అన్నాడు.

అంతా క్లబ్బు ఆవరణనుండి బయటకు నడిచారు. శాస్త్రవేత్తల వెంట ఫొటోగ్రాఫర్లు, కేమెరాలు.

❖ ❖ ❖

తుపాను తన దారిని మళ్లించుకున్నట్లుగా ఉంది. వర్షం వెలిసింది. మేఘాలు తొలగిపోయాయి. ఆకాశం నిర్మలంగా ఉంది. తెల్లవారబోతోంది. అక్కడంతా నిర్మానుష్యంగా ఉంది. జీబుగా పెరిగిన చెట్ల నుంచి పక్షుల సందడి. దూరంగా ఊదా రంగులో సముద్రం; బంగారు కిరీటాలు ధరించిన కెరటాల తెల్లటి నురుగు; వాటి కేరింతల సవ్వడి. దూరంగా యారాడ కొండ.

పొగగొట్టం నుంచి పల్చటి నీలం రంగు పొగని వదులుతూ జర్మన్ యుద్ధనౌక 'స్కార్న్ హార్స్ట్' లంగరు దించి ఉన్నది. నిర్దయగా ఎక్కుపెట్టి ఉన్న దాని శతఘ్నులు ప్రకృతి ప్రసాదించిన ప్రశాంతతను ఛేదిస్తూ – యుద్ధ భయాన్ని రేపుతున్నవి.

శాస్త్రవేత్తలంతా క్లబ్బుకి దగ్గరలోనే ఉన్న ఊటగెడ్డకి చేరువలో ఎర్రమట్టి దిబ్బల వద్దకు చేరుకున్నారు.

"ఎన్ని మార్లు చూసినా మళ్లీ మళ్లీ చూడాలని అనిపించేవి – సూర్యోదయాలు, సూర్యాస్తమయాలు – ఏమంటారు?" వోన్ బ్రౌన్ రామన్ని ప్రశ్నించాడు. అతనిలోని విసుగుదల, అలసట మాయమయ్యాయి.

"అవును. ముఖ్యంగా మా ఉష్ణదేశాలలో,"

"విచిత్రం ఏమిటంటే – 'సూర్యుడు ఉదయించి ఏడు నిమిషాలు గడిచిపోయాకనే మనకు సూర్యోదయం అగుపడుతుంది. ఫోటాన్లు భూమిని చేరుకొనేందుకు సమయం పడుతుంది,"

"మనకు కనిపించేదొకటి, నిజంగా జరుగుతున్నది మరొకటీ," అన్నాడు

రామన్.

ఇద్దరూ నవ్వుకున్నారు.

"ఈ ఎర్రమట్టి దిబ్బల్ని చూస్తూంటే అంగారకగ్రహ ఉపరితలం ఇలాగే ఉంటుందేమో అనిపిస్తోంది కదూ?" అన్నాడు వోన్ బ్రౌన్ ఉత్సాహంగా.

"అవును, అవి ఈ ప్రాంతపు ప్రత్యేకతల్లో ఒకటి...మీరన్నట్లు భవిష్యత్తులో మనుష్యులు ప్రయోగించే ఉపగ్రహాలు ఇతర గ్రహాలను చేరుకుంటాయేమో? ఎవరు చెప్పగలరు?" అంటూ వోన్ బ్రౌన్ ఉత్సాహానికి రామన్ తన ఆశాభావాన్ని జోడించాడు.

"భవిష్యత్తులో అంతరిక్ష శాస్త్రం సాధించగల విజయాలను ఊహించడం కూడా అసాధ్యం," అన్నాడు వోన్ బ్రౌన్ – సాలోచనగా.

అది అతనికి అత్యంత ప్రీతిపాత్రమైన విషయం. ఆ అంశంపై అతడు కొన్ని సైన్స్-ఫిక్షన్ రచనలుకూడా చేసి ఉన్నాడని రామన్ తో సహా చాలామంది శాస్త్రవేత్తలకు తెలుసు.

పబ్లిక్ ఎడ్రస్ సిస్టం లో వోన్ బ్రౌన్ కి పిలుపు వచ్చింది.

"లాంచింగ్ కి టైమవుతోంది" అని అతడు రామన్ వద్ద సెలవు తీసుకున్నాడు.

దూరంగా పచ్చని ఉదయపుటెండలో మిలిటరీ ట్రక్కుపై అమర్చిన వీ-టూ రాకెట్, అతిశీతల ఇంధనాన్ని నింపుకుంటూ ప్రయోగానికి సంసిద్ధం అవుతోంది. తేమగాలి పొగలుకక్కుతోంది. అందరికీ బైనాక్యులర్స్ ఇచ్చారు. మరి కాసేపట్లో బోస్, హిమ్లర్ లు అక్కడికి చేరుకున్నారు.

"మీతో కొంచెం మాట్లాడాలి," అంటూ నేతాజీ రామన్ ఉన్నచోటికి వచ్చాడు. ఇద్దరూ గుంపుకి దూరంగా నడిచారు.

హిమ్లర్ తన దేశపు శాస్త్రవేత్తలతో ఉత్సాహంగా సంభాషిస్తున్నాడు.

"డాక్టర్ రామన్! నిర్మొహమాటంగా మీ అభిప్రాయం చెప్పండి. రెండు మూడేళ్లలో ఉపగ్రహాలను కక్షలో ప్రవేశపెట్టడం సాధ్యమేనంటారా?" అన్నాడు, బోస్.

"చెప్పడం కష్టం. చాలా అడ్డంకుల్ని అధిగమించాలి. రాకెట్ ఇంధనం విషయంలోనే ఇంకా అంగీకారం రాలేదు. ఉపగ్రహం, డేటాని భూతలానికి ఎలా

పంపుతుందో ఎవరికీ తెలీదు. కేమెరాల్ని కంట్రోల్ చేసే విధానంపై స్పష్టత లేదు. ఇలా చాలా ఉన్నాయి. ఐదేళ్లల్లో సాధ్యపడవచ్చు. ఇది పూర్తిగా కొత్త శాస్త్రం," రామన్ వివరించాడు.

"నాకూ అలానే అనిపించింది...నాకు ఎప్పటికప్పుడు ఈ ప్రాజెక్టు సమాచారం తెలియజేస్తూండాలి,"

నేతాజీ పట్టుబట్టి ఆఖరి నిమిషంలో తనను ప్రాజెక్ట్ టీంలో చేర్పించాడని రామన్ కి అర్థం అయింది.

"అలాగే...మీతో ఒక మాట చెప్పాలి. మిలిటరీ వ్యవహారాల్లో నాకంత ఆసక్తి లేదుగానీ, ఉపగ్రహాలతో చాలా ప్రజోపయోగకరమైన పనులు సాధించవచ్చు. వాతావరణాన్ని మానిటర్ చెయ్యడానికీ, కమ్యూనికేషన్ వ్యవస్థని నెలకొల్పడానికీ వినియోగించవచ్చని నాకనిపించింది,"

"పరిశోధనలన్నీ మొదట సైనికావసరాలకోసమే జరుగుతాయి. ఆ తరవాతే పౌరుల ప్రసక్తి," అన్నాడు నేతాజీ.

రామన్ నిట్టూర్చాడు. "మీరన్నది నిజం," అన్నాడు.

సైరన్ మ్రోగింది; జర్మన్ సైనికాధికారులు, శాస్త్రవేత్తలు మెరుగుపరచిన వీ–టూ రాకెట్ ను ప్రయోగించారు. చెవులు చిల్లులుపడేలా శబ్దంచేస్తూ రాకెట్ ఆకాశంలోకి దూసుకెళ్లింది. మరి కొద్ది సెకెండ్లలోనే తూర్పు వైపుకి తన దిశను మార్చుకొని బంగాళాఖాతంపైకి మళ్లింది.

"జర్మన్ నేవల్ షిప్పులు రాకెట్ ని రేడార్లలో గమనిస్తున్నాయి" అన్నాడు బోస్.

ఆ క్షణంలో రామన్ కి ఒక్కసారిగా అంతా అర్థం అయిపోయింది.

'గత్యంతరం లేక రష్యన్లు అణ్వాస్త్ర పరిశోధనపై దృష్టి పెట్టారు. సంప్రదాయ యుద్ధరీతిలో పై పట్టు సాధించిన జర్మన్లు అంతరిక్షశాస్త్రాన్ని ఆశ్రయిస్తున్నారు. చంద్రాని క్రిందటిసారి కలిసినప్పుడు అణు ప్రతిక్రియలపై చాలాసేపు చర్చ జరిగింది. 'అణ్వాస్త్రాలు యుద్ధగతిని పూర్తిగా మార్చివెయ్యగలవు' అన్నాడు చంద్రా.

సోవియట్ల విజయం తప్పదని నేతాజీ భావిస్తున్నాడా? మూడుముక్కలైన

భారతదేశాన్ని ఏకం చెయ్యడం తన లక్ష్యం అని ఇటీవల చేసిన రేడియో ప్రసంగపు ఆంతర్యం ఏమై ఉంటుంది? ఆధునిక శాస్త్రీయ పరిశోధనలపై భారతీయుల పట్టుని పెంచుకోవాలని చూస్తున్నాడా? జర్మన్లను పక్కనపెట్టి, సమాంతరంగా అణ్వస్త్ర పరిశోధనలకు ఉపక్రమిస్తున్నాడా? చంద్రాని రప్పించే ప్రయత్నం వెనుక ఉన్న గుట్టు ఇదేనా?... రామన్ ఇక ఉండబట్టలేక –

“సోవియట్ అణుప్రాజెక్టుకి 'వెయ్యి సూర్యులు' అని పేరుపెట్టడం కాకతాళీయం కాదని నాకనిపిస్తోంది. భారతీయ తత్వశాస్త్రంతో ఓపెన్ హైమర్ కి బాగా లోతైన పరిచయం ఉంది,” అన్నాడు.

"రహస్య పరిశోధనలకు అంత సులభంగా అర్థం అయిపోయే పేరుని ఎందుకు పెట్టుకుంటారు?" బోస్ అనుమానం ప్రకటించాడు.

"అది ఒక హెచ్చరిక, లేదా సంకేతం కావచ్చు. దాని మూలాలు భగవద్గీతలో ఉన్నాయి,"

“మీకా శ్లోకం గుర్తుందా?” అని రామన్ మొహంలోకి పరిశీలనగా చూశాడు బోస్.

“'దివి సూర్య సహస్రస్య భవేత్ యుగ పద్ ఉత్థిదా, యది భాహ్ సదృశీ సా స్యద్భాసస్తస్య మహాత్మానాహ్' (వెయ్యి సూర్యులు ఒకే సారి ఉదయించినట్లయితే, అప్పుడు సంభవించే మహాకాంతి వంటిది విశ్వరూపం) అని గుర్తు...ఈ రోజున మనం చూసింది మరో బ్రహ్మాస్త్రం. కురుక్షేత్ర యుద్ధం ముగిసేముందు అర్జునుడు, అశ్వత్థామ – ఇద్దరూ బ్రహ్మాస్త్రాన్ని ప్రయోగించడానికి సిద్ధపడ్డారు,"

నేతాజీ నవ్వి, "అవును. నారదుడూ, వ్యాసుడూ వాళ్లని అడ్డుకున్నారు. ఈనాడు అటువంటి మహా ఋషులెవరూ నాకు కానరావడం లేదు. బహుశా మనమే ఆ పాత్రను పోషించాలేమో?" అన్నాడు, గుంభనంగా. ఇద్దరూ మౌనం వహించారు.

బంగాళాఖాతంలోని లక్ష్యాన్ని రాకెట్ విజయవంతంగా ఛేదించిందని ఒక మహిళా అనౌన్సర్, లౌడ్ స్పీకర్లో ప్రకటించింది. అంతటా కరతాళ ధ్వనులు మారుమ్రోగాయి.

"మీ రిపోర్టులకోసం చూస్తుంటాను. వాటిని రాజన్ కి అందజేయండి. నాకు చేరుతాయి," అనేసి – హిమ్లర్ కి అభినందనలు తెలిపేందుకు పెద్దపెద్ద

అంగలువేస్తూ జర్మన్ బృందం వైపుగా నడువనారంభించాడు బోస్. రామన్ అక్కడే ఉండిపోయాడు.

ఎప్పుడూ చిటచిటలాడుతూ ఉండే హిమ్లర్ ఆనందం పట్టలేకపోతున్నాడు. అతని విషపునవ్వు ఎర్రమట్టి దిబ్బల నడుమ ప్రతిధ్వనిస్తోంది.

ఆ సమయంలో రామన్ కళ్లకి హిమ్లర్ కప్పుకున్న మేకతోలుని కూడా విసర్జించి నిర్భయంగా సంచరిస్తూన్న తోడేలు లాగా, అతనితో కరచాలనం చేసేందుకు చేతిని చాచిన నేతాజీ – పులిమీద స్వారీ చేస్తూన్న యోధుడిలాగా అగుపించారు.

'నేతాజీ చేస్తున్నది దుస్సాహసమా? వీరోచితకృత్యమా? రాబోయే కాలమే నిర్ణయిస్తుంది – ఆలోగా మానవజాతి అంతం కాకుండా ఉంటే,' అనుకున్నాడు రామన్.

బాగా పొద్దెక్కింది. రాకెట్, తాను వెళ్లిన దారిలో వెండి గొలుసు వంటి పొగను గుర్తుగా వదిలిపెట్టింది. ఆ పొగకూడా గాలికి నెమ్మదిగా చెదిరిపోతోంది.

['సారంగ' అంతర్జాల పత్రిక 15 ఫిబ్రవరి 2021నాటి
సంచికలో మొదట ప్రచురింపబడింది]

# రచయిత పరిచయం

ఉణుదుర్తి సుధాకర్ పుట్టుక 1954లో. స్వస్థలం విశాఖపట్నం. స్కూలు చదువు శ్రీకాకుళం జిల్లాలో. కుటుంబ వాతావరణం సాహిత్యాభిలాషని, చరిత్ర పట్ల ఆసక్తిని, తెలుగు భాష అంటే ప్రేమని పెంపొందించింది. వీటికి ఉద్యమ ప్రభావం తోడైంది. వృత్తిరీత్యా మెరైన్ ఇంజినీరు. ఏవీఎన్ కాలేజి చదువు, విశాఖ పోర్టులో అప్రెంటిస్ గా ఐదేళ్లు, వాణిజ్య నౌకలలో ఉద్యోగం, యూరప్ లో ఉన్నత విద్య. వీటన్నిటి జాడలు ఇతని రచనలలో కనిపిస్తాయి. 2018లో వెలువడ్డ కథల సంపుటి 'తూరుపు గాలులు' పాఠకుల మన్ననలను పొందింది; విమర్శకుల దృష్టిని ఆకర్షించింది. సింగమనేని పురస్కారాన్ని పొందింది. 'తథాగతుని అడుగుజాడలు' (2019) అనే చారిత్రక పరిశోధక రచనకు సహరచయిత. తొలి నవల 'యారాడకొండ'కి అమెరికన్ తెలుగు అసోసియేషన్ (ఆటా) వారు 2020లో నిర్వహించిన పోటీలో ద్వితీయ బహుమతి లభించింది. ప్రస్తుత నివాసం హైదరాబాదులో.

ఈ సంకలనంలోని 'రెక్కలు చాచిన రాత్రి' కథను కుమారుడైన జైదీప్ ఉణుదుర్తితో బాటుగా రచించారు. జైదీప్ వృత్తిరీత్యా జర్నలిస్టు, గ్రాఫిక్ నవలా రచయిత.